வானத்தில் ஒரு மௌனத் தாரகை

சிறுகதைகள்

கிழக்கு பதிப்பக வெளியீடுகளாக சுஜாதாவின் புத்தகங்கள்

மீண்டும் ஜீனோ
நிறமற்ற வானவில்
நில்லுங்கள் ராஜாவே
தீண்டும் இன்பம்
ஆஸ்டின் இல்லம்
அனிதாவின் காதல்கள்
நைலான் கயிறு
24 ரூபாய் தீவு
அனிதா இளம் மனைவி
கொலை அரங்கம்
கமிஷனருக்கு கடிதம்
அப்ஸரா
பாரதி இருந்த வீடு
மெரீனா
ஆர்யபட்டா
என் இனிய இயந்திரா
காயத்ரி
ப்ரியா
தங்க முடிச்சு
எதையும் ஒருமுறை
ஊஞ்சல்
ஓரிரவில் ஒரு ரயிலில்
மீண்டும் ஒரு குற்றம்
விக்ரம்
நில், கவனி, தாக்கு!
வாய்மையே சில சமயம் வெல்லும்
ஆ..!
வசந்த காலக் குற்றங்கள்
சிவந்த கைகள்
ஒரே ஒரு துரோகம்
இன்னும் ஒரு பெண்
6961
ஜோதி
மாயா
ரோஜா
ஓடாதே
மேற்கே ஒரு குற்றம்
விபரீதக் கோட்பாடு
ஐந்தாவது அத்தியாயம்
மலை மாளிகை
விடிவதற்குள் வா
மூன்று நாள் சொர்க்கம்
பத்து செகண்ட் முத்தம்
கம்ப்யூட்டர் கிராமம்
இளமையில் கொல்
மேகத்தை துரத்தியவன்
ஒரு நடுப்பகல் மரணம்
நகரம்
இதன் பெயரும் கொலை
மண்மகன்
தப்பித்தால் தப்பில்லை
விழுந்த நட்சத்திரம்
முதல் நாடகம்
ஆட்டக்காரன்
ஜன்னல் மலர்
என்றாவது ஒரு நாள்
வைரங்கள்
மேலும் ஒரு குற்றம்
சொர்க்கத் தீவு
கனவுத் தொழிற்சாலை
ஆயிரத்தில் இருவர்
பதினாலு நாட்கள்
உள்ளம் துறந்தவன்
பிரிவோம் சந்திப்போம்
கரையெல்லாம் செண்பகப்பூ
இரண்டாவது காதல் கதை
நிர்வாண நகரம்
குருபிரசாதின் கடைசி தினம்
இருள் வரும் நேரம்
திசை கண்டேன் வான் கண்டேன்
ஆழ்வார்கள் - ஓர் எளிய அறிமுகம்
தேடாதே
விருப்பமில்லாத் திருப்பங்கள்
விரும்பிச் சொன்ன பொய்கள்
கை
ஆதலினால் காதல் செய்வீர்
நூற்றாண்டின் இறுதியில் சில சிந்தனைகள்
அப்பா, அன்புள்ள அப்பா
மிஸ். தமிழ்த்தாயே, நமஸ்காரம்!
சிறு சிறுகதைகள்
வாரம் ஒரு பாசுரம்
வானத்தில் ஒரு மௌனத்தாரகை
கடவுள் வந்திருந்தார்
அனுமதி
ஓலைப் பட்டாசு
சேகர், சிங்கமய்யங்கார் பேரன்
கம்ப்யூட்டரே ஒரு கதை சொல்லு
டாக்டர் நரேந்திரனின் வினோத வழக்கு
நிஜத்தைத் தேடி
பாதி ராஜ்யம்
சில வித்தியாசங்கள்

வானத்தில் ஒரு மௌனத் தாரகை

சிறுகதைகள்

சுஜாதா

கிழக்கு

வானத்தில் ஒரு மௌனத் தாரகை
Vaanaththil Oru Mouna Tharagai
by Sujatha
Sujatha Rangarajan ©

First Edition: December 2013
104 Pages
Printed in India.

ISBN 978-81-8493-680-3
Kizhakku - *650*

Kizhakku Pathippagam
177/103, First Floor,
Ambal's Building, Lloyds Road,
Royapettah, Chennai 600 014.
Ph: +91-44-4200-9601

Email : support@nhm.in
Website : www.nhm.in

Cover Image: Shutterstock

Kizhakku Pathippagam is an imprint of New Horizon Media Private Limited

This book is sold subject to the condition that it shall not, by way of trade or otherwise, be lent, resold, hired out, or otherwise circulated without the publisher's prior written consent in any form of binding or cover other than that in which it is published and without a similar condition including this the rights under copyright reserved above, no part of this publication may be reproduced, stored in or introduced into a retrieval system, or transmitted in any form or by any means (electronic, mechanical, photocopying, recording or otherwise), without the prior written permission of both the copyright owner and the above-mentioned publisher of this book.

வல்லிக்கண்ணன் எழுதுகிறார்...

'சுஜாதாவின் கதாபாத்திரம் ஒன்று கதையின் நாயகனிடம் 'எப்படி இவ்வளவு தெரிஞ்சு வெச்சுக்கிட்டிருக்கீங்க' என்று ஒரு இடத்தில் குறிப்பிடுவதாக சுஜாதா எழுதி இருக்கிறார். அவருடைய எழுத்துக்களைப் படிப்பவர்களும் 'மிஸ்டர் சுஜாதா, நீங்கள் எப்படி இவ்வளவு தெரிஞ்சு வெச்சுக்கிட்டிருக்கீங்க!' என்று வியப்புடன் கூற நேரலாம். எலெக்ட்ரானிக்ஸ், இசை, சித்த வைத்தியம், நாட்டுப் பாடல்கள் இப்படிப் பலப்பல விஷயங்கள் பற்றியும் அவர் நிறையத் தெரிந்து வைத்திருக்கிறார். மேலும் மேலும் நிறையத் தேடி அறிந்து கொண்டும் இருக்கிறார். வாசகர்களை 'இம்ப்ரஸ்' பண்ண வேண்டும் என்பதற்காக அவற்றை அங்கங்கே கலந்து தருகிறார் என்றும் எண்ணத் தோன்றுகிறது.

சுஜாதாவின் கதைகளிலும் நாவல்களிலும் புதுமையும், விறுவிறுப்பும், இனிமையும், கற்பனை வளமும் நிறைந்திருப்பது போலவே, அவருடைய எழுத்து நடையிலும், இளமை, புதுமை, அழகு, ஆழம், வேகம், விறுவிறுப்பு, சில சமயங்களில் கவிதைத் தன்மை எல்லாம் கலந்திருக்கின்றன.

சுஜாதாவின் உரைநடையில் எளிமையும், இனிமையும் சுவையும் நிறைய இருப்பது போலவே புதுமையும் அதிகம் கலந்திருக்கிறது. நவீன விஷயங்கள் மிகுதியாகவே இடம் பெறுகின்றன... விஞ்ஞான விஷயங்களையும் ஓரளவுக்குக் கலந்து கொடுக்கிறார்.'

- பாரதிக்குப் பின் தமிழ் உரைநடை (தீபம்)

பொருளடக்கம்

1. வானத்தில் ஒரு மௌனத் தாரகை / 11
2. நிபந்தனை / 31
3. A126629001 / 42
4. தேனிலவு / 50
5. அரங்கேற்றம் / 57
6. முயல் / 66
7. ஜன்னல் / 74
8. நியாயங்கள் / 82
9. ஃபில்மோத்ஸவ் / 95

முன்னுரை

1982-83களில் நான் 'சாவி', 'தேவி', 'கசடதபற', 'குங்குமம்' போன்ற இதழ்களிலும் சிறுகதைகள் எழுதினேன். பிற்பாடு குமுதத்தில் ஆசிரியராக இருக்கும்போது 'முயல்' என்னும் தொலைக்காட்சி நாடகத்தை The Rabbit Trap என்னும் ஆங்கிலத் தொலைக்காட்சி நாடகத்திலிருந்து மொழிபெயர்த்தேன். இவைகளின் தொகுப்பு இந்தப் புத்தகம். 'தேனிலவு', 'அரங்கேற்றம்', 'ஜன்னல்' போன்ற கதைகள் எனக்கு எழுதும்போதும் திருப்தி அளித்த கதைகள். 'ஃபில்மோத்ஸவ்' பங்களூரில் நடந்தது.

ஏப்ரல், 2004   சுஜாதா
சென்னை - 4

1

வானத்தில் ஒரு மௌனத் தாரகை

காலையிலேயே போட்டோ எடுக்க வந்தார்கள். துருவா நளினியையும் வினோத்தையும் தொட்டுக் கொண்டு சிரித்துக் கொண்டிருக்க, ஸ்டில் காமிராக்கள் 'க்ளிக் க்ளிக் க்ளிக்' என்று பேசின. ஆர்க் விளக்கை ஒருத்தன் உயர்த்திப் பிடிக்க, திரைப்பட காமிராக்கள் விர்ர்ரின.

'ஆல்ரைட், ஆல்ரைட், நீங்க போகலாம். அவருக்கு ஏகப்பட்ட வேலையிருக்கு' என்று நாராயண் ராவ் அதட்ட, மேஜை மேல் டெலிபோன் ஒலித்தது.

'ஹலோ!'

ராவ் சட்டென்று உஷாரானார். 'ஷ்ஷ்' என்று மற்றவர்களை அதட்டினார். 'எஸ் ஸார்! இருக்கார் ஸார்! இதோ ஸார்! கூப்பிடறேன் ஸார்!' என்று டெலிபோனின் வாயைப் பொத்தி 'தலைவர்' என்றார். துருவா பாய்ந்து டெலிபோனை வாங்கிக் கொண்டான்.

'குட்மார்னிங் ஸார்! துருவா ஹியர்!'

தலைநகரிலிருந்து தலைவரின் குரல் துல்லியமாக ஒலித்தது. 'குட்மார்னிங் துருவா! எப்படி இருக்கிறாய்?'

'மிகவும் சந்தோஷமாக! மிகவும் ஆர்வமாக!'

'எல்லாம் தயாரா?'

'தயார் ஸார்!'

'துருவா! இந்தத் தேசமே உன்னைப் பற்றிப் பெருமைப்படு கிறது!'

'அதெல்லாம் பெரிய வார்த்தைகள். நான் என் கடமையைச் செய்கிறேன் ஸார்! கீழே நீங்கள் இருக்கும் வரை எனக்கு என்ன ஸார் கவலை?'

'உன் துணிச்சலுக்கும், இளமைக்கும், கட்டுப்பாடான மனத் துக்கும் நவீன இந்தியா அஞ்சலி செய்கிறது. இருபத்தொன்றாம் நூற்றாண்டின் தலைசிறந்த இந்தியர்களின் வரிசையில் நீ பிரதான இடம் பெறுவாய். நீ செய்வது ஒரு மகத்தான காரியம்!'

'உங்களைப் போன்ற சிறந்த தலைவரிடமிருந்து - இந்த நாட்டின் முதல் குடிமகனிடமிருந்து இந்தப் பாராட்டு வார்த்தைகளைப் பெற நான் மிகவும் பெருமைப்படுகிறேன்!'

'துருவா! உன் பிரயாணத்தின் ஒவ்வொரு கணத்தையும் நான் பார்த்துக்கொண்டுதான் இருப்பேன். உன் மனைவிக்கு என் நமஸ்காரங்கள். உன் மகனுக்கு என் அன்பு முத்தங்கள். ஆண்டவன் உன்னோடு இருக்கட்டும்!'

போனை வைத்தபோது துருவாவுக்குப் பெருமிதம் நெஞ்சு பூரா நிரம்பி வழிந்தது. தலைவர்! அகில இந்தியாவையே அரசாளும், ஆட்டிப் படைக்கும் ஜென்ரல் விக்ரம் என்னை மதித்து, என் வீட்டு நம்பருக்கு டெலிபோன் செய்து, அன்பாக விசாரித்து, அவ்வளவு கீர்த்திபெறுவதற்கு நான் என்னத்தைச் செய்யப் போகிறேன். கேவலம் ஒரு ஸாட்டிலைட்டை, செயற்கை கிரகத்தை மேலே சென்று பழுது பார்க்கப் போகிறேன்.

'மிஸ்டர் துருவா வாருங்கள்!' என்றார் நாராயண் ராவ். பிரத்தியேக மாக நியமிக்கப்பட்ட பொதுஜனத் தொடர்பு அதிகாரி ராவ் 'டெலிவிஷனில் உலகப் பத்திரிகை நிருபர்களைச் சந்திக்கப் போகிறீர்கள். பதில்கள் ஜாக்கிரதையாகவே இருக்கட்டும். என்ன?'

'கவலைப்படாதீர்கள்!'

அறைக்குள் நுழைந்தவுடன் மறுபடி, பளிச் பளிச் பளிச்... 'மிஸ்டர் துருவா! எப்படி இருக்கிங்க?'

'சந்தோஷமா!' அறையில் நூறு பேர் இருந்தார்கள்.

'நாளைக்குக் கிளம்பப் போகிறோமே என்று உங்க மனசிலே கொஞ்சம் கூட ஒரு ஒரு...'

'பயமா? ம்ஹூம்!'

'பயம் இல்லை! ஒரு விதமான பதற்றம்?'

'பதற்றம் கூட இல்லை. ஒருவித எதிர்பார்ப்பினால் என் உடம்பு பூரா ஒரு மின்சாரம் மாதிரி உணர்கிறேன்.'

'நீங்க எப்படி ஃபீல் பண்றீங்க நளினி?'

'எனக்குப் பயமாத்தான் இருக்குது. நல்லபடியா திரும்பி வந்து சேரணுமேன்னு கடவுளை வேண்டிக்கிட்டிருக்கேன்!'

ஹாரிஸன் ஃப்ரம் நியூயார்க் டைம்ஸ்!

'மிஸ்டர் துருவா, நீங்க போகிற மிஷன் தோல்வி அடையற துக்கும் சாத்தியங்கள் இருக்கிறது என்கிறார்களே?'

'இருக்கிறது. ஆனால், வெற்றி அடைய அதிகப்படியான சாத்தியங்கள்'

'அப்படித் தோல்வி அடைந்தால் நீங்க போய் வருவதே முழுக்க விரயமாய்விடும் இல்லையா?'

கோபம் வந்தது. நாராயண் ராவ் சைகை செய்ய, சற்று அடக்கிக் கொண்டான். திமிர்! 'மிஸ்டர் ஹாரிஸன்! 'இன்ஸாட் ஒன்பது' என்று இப்போது விண்வெளியில் எங்கள் செயற்கைக் கிரகம் ஒன்று பறக்கிறது! 36,000 கிலோ மீட்டரில். இதற்கு மொத்தம் இந்திய அரசாங்கம் செலவழித்தது இருபது கோடி ரூபாய். இருபத்து நாலாயிரம் டெலிபோன் இணைப்புகள். நான்கு டெலிவிஷன் இணைப்புகள்...'

'ஹாரிஸன் எல்லாம் தெரியும் எங்களுக்கு! பிரமாதமான ஸாட்டிலைட்தான். ஆனால், அது வேலை செய்தது.'

'பதினைந்து நாள்' - க்ராலி ஃப்ரம் டெய்லி டெலிகிராஃப்.

துருவாவுக்கு இப்போது சலிப்பு ஏற்பட்டது. இருந்தும் பொறுமை வேண்டும்!

'டெலிகமாண்டுகள், டெலிமெட்ரி மூலம் ஸாட்டிலைட் உயிருடன் இருப்பது தெரிகிறது. ஸோலர் பானல்களில் ஒன்று ஒரு தப்பான ஆணையை எங்கோ பெற்று, தன்னைத் தானே மூடிக் கொண்டு விட்டது...'

'எனவே, வானத்தில் உலவும் மௌனத் தாரகையாகி விட்டது.'

'சுலபமாக என்ன தவறு நிகழ்ந்திருக்கிறது என்பது எங்களுக்குத் தெரிகிறது! ஒரு மைக்ரோ ஸ்விட்சை அழுத்தி ஒரு ஓவர் ரைட் கொடுக்க வேண்டும். அஞ்சு நிமிஷ வேலை! ஆனால், 36,000 கி.மீ. தள்ளி இருக்கிறதே! ஸோ நியர் பட் ஸோ ஃபார்!'

'இதற்குப் பதில் புதிய ஸாட்டிலைட்டையே நல்லதாக ஒன்று அனுப்பி விடலாமே!'

'புதிய ஸாட்டிலைட் செய்வதற்கு மூன்று வருஷம் ஆகும்! செலவு இருபத்திரண்டு கோடி ஆகும்! இப்போது என்னை, ஒரு முழு இன்ஜியரை, அனுப்புவதற்கு... எவ்வளவு செலவு மிஸ்டர் ராவ்!'

'மூன்றரை கோடி!'

'எனக்கு விஷயம் தெரியும். எந்த இடத்தில் பழுது என்பதும் தெரியும். ஸாட்டிலைட்டுக்கு மீண்டும் உயிர் கொடுப்பதற்குச் சாத்தியக் கூறுகள் மிக அதிகம்!'

'நீங்கள் ஒரு இன்ஜினியர். ராக்கெட் செலுத்தப் பயிற்சி பெற்றீர். அது பற்றி ஏதாவது...?'

'பயிற்சி பயிற்சி பயிற்சி! ஆறு மாதம் நெக்கு வாங்கி விட்டார்கள். ஸிமுலேட்டரில், ஸென்ட்ரி ஃப்யூஜில் பற்பல ஜெட் விமானங்களில்!'

'தலைவர் உங்களிடம் என்ன சொன்னார்?'

'உன்னால் எங்களுக்கு இப்பெருமை என்றார். எனக்கு உடம்பெல்லாம் பூரித்தது... ஆண்டவன் உன்னோடு இருக்கட்டும் என்று ஆசி கூறினார்!'

'ஆண்டவன் என்றா சொன்னார்?'

'ஆம்!'

'தனியாகப் போகிறீர்களே, பயமாக இல்லை?'

'இந்தக் கேள்வி மீண்டும் வருகிறது. ரேடியோ தொடர்பு எப்போதும் இருக்கிறது. டெலிவிஷன் இருக்கிறது. எப்போதும் நான், என் மனைவி, மகனிடம் பேச முடியும். பூமித் தொடர்பு அறுகவே அறுகாது.'

'ஸாட்டிலைட்டை அணுகி ரிப்பேர் செய்கையில்?'

'அப்போதுகூட! தாய்க் கப்பலிலிருந்து நான் வெளியே வந்தாலும் ஸாட்டிலைட்டை அணுகும்போது ஒரு தொப்புள் கொடி போலத் தக்க இணைப்பு எப்போதும் இருக்கவே இருக்கும்!'

'தாங்க்ஸ் ஜென்டில்மென்?' என்று வெட்டினார் நாராயண் ராவ்.

நான்கு மணிக்கு லிஃப்ட் ஆஃப். ஒன்பது மணியிலிருந்தே ஏற்பாடுகள் தொடங்கி விட்டன. நளினிக்கும் வினோத்துக்கும் டாட்டா காட்டி விட்டு காங் ப்ளாங்க்கில் நடந்தான். ராக்கெட்டைத் தழுவிக் கொண்டிருந்த எட்டு மாடிக் கட்டடத்தின் முதல் மாடியில் நுழைந்தான். கண்ணாடி அறைக்குள் சென்று கல்யாண மாப்பிள்ளை போல் அவனை அலங்காரம் செய்ய மூன்று பேர் வந்தார்கள். கண்ணைப் பறிக்கும் வெண்மையில் ஸ்பேஸ் உடை அணிந்தான். அணிந்து அதன் அக்ரிலிக் மூடியிலிருந்து கண் சிமிட்டிச் சிரித்தான். ஹெல்மட் தலை மேல் இந்திய சிங்கம் பொறித்திருந்தது. அதே போல் புஜத்திலும். ஆக்ஸிஜன் இணைப்பு, முதுகுப் பகுதியில். ஒரு குட்டி டிரான்ஸ்மிட்டர், இடது கை விரல்களில். செயல்பாட்டில் சின்னச் சின்ன ராக்கெட் குழந்தைகளின் ப்ஸ்ஸ் சப்தம் கேட்க... ஒவ்வொன்றாக, பகுதி பகுதியாக சாதனங்கள் பொருத்தப்பட்டு, ராக்கெட்டின் எட்டாவது மாடி உச்சிக்கு மிக மெதுவாகத் திறந்த லிஃப்ட்டில் சென்றான். கீழே டெக்னிஷியன்கள் பலர் அவனுக்கு சந்தோஷத்துடன் சைகை செய்து விடை கொடுத்தார்கள்.

பம்பர வடிவத்தில் இருந்த உச்சிப் பகுதியில் ஒரு கதவுச் சுளையைத் திறந்து அவனை இறக்கினார்கள்; மூடினார்கள். அவனைச் சுற்றிலும் ஒரே டயல்கள், ஸ்விட்சுகள், எண்கள், எழுத்துகள், விளக்குச் சிமிட்டல்கள். மெதுவான 'வ்ரூம்... காரம்.'

அந்தத் தனிமையில் வயிற்றில் சற்று திகிலாக உணர்ந்தான். சற்றுத்தான்.

ஹம்ஸா!

அதுதான் அவன் செலுத்தப் போகும் கலத்தின் பெயர். இப்போது அவன் செய்ய வேண்டியது அதிகமில்லை. எல்லாம் பிற்பாடுதான். அவனுக்குக் கீழே இருக்கும் ராட்சச மூன்று பகுதி ராக்கெட். தொண்ணூறு சதவிகிதம் பிரயாணத்தை அதுதான் பார்த்துக்கொள்ளப்போகிறது.

காதில் சரி பார்க்கும் சங்கேதங்கள் ஒவ்வொன்றாகக் கேட்டான்.

செக் ப்யூயல் ப்ரெஷர்.

செக் பெர்கஷன் ஸ்விட்ச்.

செக்.

மூன்று மணி நேரமாகும். ஆயிரம் விஷயங்கள் பார்க்க வேண்டும்.

10. என் அருமை ஆண்டவனே!
9. எவ்வளவோ நாங்கள்
8. விஞ்ஞானத்தில் முன்னேறியிருந்தாலும்
7. உன் கருணையின்றி
6. நாங்கள் வெற்றி காண
5. முடியாது
4. திரும்பவும்
3. பத்திரமாய்
2. வந்து சேர அருளும்
1. வரம் அருளும்

திடுதிடுவென்று பூமி நடுங்கும் சப்தம். ஜன்னல்கள் அதிர, ஏதோ ஒரு சோம்பேறி ராட்சசன் போலப் புறப்பட்டு, வாலில் ஆரஞ்சு ஒளி, ஆரஞ்சுக்குள் வெண்மை நெருப்பு, அதற்குள் சிறிய வெண்மை... என்று நடுவானத்தில் ஒரு செங்குத்துக் கவிதை போல ராக்கெட் உயிர்த்து உயர்ந்தது!

துருவாவுக்கு ஜி சக்திகளின் அழுத்தம் வயிற்றைப் பந்தாக்கியது. இன்னும் இன்னும் இன்னும் சக்தி...

இன்னும் இன்னும் வேகம்!

இந்தியா முழுவதும் ரேடியோவிலும் டெலிவிஷனிலும் தெரிந்து கொண்டிருந்த மகத்தான அம்புப் பாய்ச்சல்!

பர்ஃபெக்ட்! ஆல் சிஸ்டம்ஸ் கோ!

பூமியின் ஆகர்ஷண சக்தியை மீறும்போது புதிதாகப் பிறந்தது போல உணர்ந்தான். உட்கார்ந்திருந்தும் உட்கார்ந்ததுபோல் இல்லாத பஞ்சு நிலை, கனவு மெத்தை நிலை...

'ஹம்ஸா! கன்ட்ரோல்!'

'கம் இன்.'

'எப்படி?'

'எல்லாம் ஒழுங்காகச் செயல்படுகின்றன.'

'வெரி குட்!'

'நீ மெதுவாக மெதுவாக இன்ஸாட்டை அணுகுகிறாய். நூறு மைல் இருக்கும்போது சொல்கிறேன்!'

'அதுவரை?'

'தூங்கு!'

'என் மனைவியோடு பேசலாமா?'

'தாராளமாக சானல் தருகிறேன்! இரு!'

'நளினி!'

வானத்தில் ஒரு மௌனத் தாரகை ☙ 17

'என்னங்க!'

'பார்த்தியா?'

'பார்த்தேங்க! அப்பா!'

'ஹாய் விநோத்!'

'எவ்வளவு ஸ்பீட் போறீங்க?'

'பதினெட்டாயிரம் மைல்!'

'நிறைய இல்லை?'

'ஸாரி த்ருவா, கட் பண்ண வேண்டியிருக்கிறது. தலைவர்.'

'ஹலோ துருவா!'

'ஹலோ ஸார்!'

'எப்படி உணர்கிறாய்?'

'உலகத்தின் உச்சியில்!'

'எடையற்ற தன்மை எப்படி இருக்கிறது?'

'குளுகுளு என்கிறது. மிதக்கிற மாதிரி இருக்கிறது!'

'ரொம்ப நன்றி துருவா! ஜெய் ஹிந்த்!'

அன்புள்ள கடவுளே! என்ன ஒரு அற்புதக் காட்சி. வானம் இவ்வளவு வெல்வெட் கருப்பா? அதில் பதிந்து பதிந்து இதோ எட்டிப் பிடிக்கிற மாதிரி இத்தனை நிறங்களா? பூமி விளிம்பில் இவ்வளவு வெளிச்ச வித்தியாசங்களா? அதோ ஆப்ரிக்கா. என் சுட்டு விரல் அளவு! அது இந்தியா. என் சுண்டு விரல்! மேகங்களை இவ்வளவு மேலே இருந்து பார்ப்பதில் அந்தத் திட்டுகளின் பிசிறில் கடவுள் ஒரு மாடர்ன் ஆர்டிஸ்ட்!

கடவுள்! என்னை இவ்வளவு தூரம் கொண்டு வந்தவர் அவர்! என்னை அங்கு கொண்டு சென்று, கடமை முடிந்த பின் திரும்ப பத்திரமாக அழைத்துச் சென்று வீட்டுக்குச் சேர்ப்பிக்கப் போகிறவரும் அவரே!

இத்தனை உயரத்தில் இத்தனை விண்வெளி வீச்சில் துருவா தன் வீட்டில் ஒரு அறையில் ஒரு கட்டிலில் உட்கார்ந்து கொண்டு தன் கால் விரல்களைத் தொட்டுத் தொட்டு நளினி நகம் வெட்டும் அந்த இன்பமான 'சுருக்'கை நினைத்துப் பார்த்தார்.

'துருவா! ரெடியா?'

'ரெடி!'

'இன்னும் ஒரு நிமிஷத்தில் நீ இன்ஸாட் ஒன்பதைப் பார்ப்பாய்!'

'சரி!'

ஐம்பது செகண்டு.. நாற்பத்தைந்து செகண்டு...

'கான்டாக்ட்!'

'மை காட்! தேர் ஷி இஸ்?'

'குட்! தெரிகிறதா?'

'நன்றாக.'

'துருவா, ஸோலர் பானல்கள் எல்லாம் திறந்திருக்கின்றனவா?'

'ஒரு நிமிஷம்! இல்லை நான்கில் இரண்டுதான் திறந்துள்ளன. இரண்டு மூடியிருக்கிறது. நாம் நினைத்தது சரியே! என் விரல்கள் துடிக்கின்றன. உடனே போய் அதைச் சரிப்படுத்து!'

'அதோ அது!'

அவன் கலத்தின் வேகம் குறையக் குறைய அருகே மிக அருகே தொட்டு முத்தம் கொடுக்கிற மாதிரி இன்ஸாட் மிதந்து கொண்டிருந்தது.

'துருவா உன் கலத்தை விட்டு வெளியே வர ரெடியா?'

'ரெடி!'

'படிப்பினை ஞாபகம் இருக்கிறதா?'

'ஒரு வரி விடாமல்!'

‘எங்கே சொல்லு!’

‘முதலில் காரிலேட்டர் பட்டனை அழுத்த வேண்டும்.’

‘சரி...’

அடுக்கிக் கொண்டே சென்றான்! ஒன்பது மாசப் படிப்பினை மறந்துவிட முடியுமா? அவன் செய்ய வேண்டியது, மெதுவாகத் தன் தாய்க் கலத்தை விட்டு வெளிவந்து, விண்ணில் மிதந்து இன்ஸாட்டை அணுகி, அதைச் சரிபார்த்து... சரி பார்க்க ஒன்பது நாட்கள் எடுத்துக் கொள்ளலாம். அவ்வளவு ஆக்ஸிஜன். அவ்வளவு உணவு மாத்திரைகள் உள்ளன.

ஒன்பது நாட்கள் ஆகாது. சரியாக ஐந்து நிமிஷ வேலை. இங்கிருந்தே தெரிந்தது. ஒரு பெர்க்கஷன் பித்தான் செயல் படாமல் வெளியே நீட்டிக் கொண்டிருந்தது. அதை அழுத்தினால் போதும். உள்ளே இருக்கும் மருந்து வெடித்து பானல்கள் இரண்டும் விரிந்து கொண்டு விடும்!

வேலை முடிந்ததும் தாய்க் கப்பலுக்குத் திரும்பி வந்து கதவை மூடிக் கொண்டால் அப்புறம் வீடு நோக்கிச் செல்லும் பறவைதான்!

‘துருவா!’

‘கம் இன்!’

‘தயார் என்றால் நீ வெளியே செல்லலாம்! பெஸ்ட் ஆஃப் லக்!’

அவன் வலது கை விரல்கள் செயல்பட, மெதுவாகக் குடுவையின் கதவு திறக்க, துருவா ஒரு எம்பு எம்பி வெளியே மிதந்தான். தங்க நிறத் தொப்புள் கொடி அவனுடன் சுழன்று வந்தது. தாய்! நவீன விஞ்ஞானத் தாய்! அவளுடன் நான் இணைந்திருக்கும் கொடி இது. இது இருக்கும்வரை எனக்குத் தொடர்பு பற்றிக் கவலையே இல்லை. தாய்க் கப்பலிலிருந்து என் உடலைச் சுற்றி இணைக்கப்பட்டிருக்கும் அத்தனை சாதனங்களும் மின் சக்தி!

மெல்ல மெல்ல துருவா இன்ஸாட்டை அணுகினான். விநோத நடனம் அது! வெல்வெட் இருட்டில் எந்தவிதக் கட்டுப்பாடும் ஈர்ப்பும் கவர்ச்சியும் இன்றித் தனியாக மிகத் தனியாக மிதக்கும்

உன்னத நிலை. துருவாவுக்கு உற்சாகம் தடம் புரண்டது. எவ்வளவு அதிர்ஷ்டம் செய்தவன் நான். இந்தக் காட்சியை அனுபவிப்பதற்கு...! முதலில் வந்த காரியத்தைப் பார். அப்புறம் காட்சிகள்.

துருவா தான் பழுது பார்க்க வேண்டிய இன்ஸாட் ஒன்பதின் அருகே அருகே வந்து என்ன ஒரு வினோத சந்திப்பு இது! பூமியில் பங்களூரில் ஏறக்குறைய ஒரு வருஷத்திற்கு முன் பார்த்தது. இப்போது 36,000 கிலோ மீட்டர் உயரத்தில் தனிமையில் ஒரு ஜியோ ஸ்டேஷனரி சந்திப்பு! விதி! நவீன விதி! இருபத்தோராம் நூற்றாண்டு விதி.

மேன்யுவல் ஓவர் ரைட் என்று இருக்கும் சாதனம் எங்கிருக்கிறது என்று தெரியும் துருவாவுக்கு. அதை அழுத்தினால் சரியாய்ப் போய் விடும். இங்கே வந்து ஒரு பட்டனை அழுத்த மூன்று கோடி ரூபாய்! மூன்று கோடி ரூபாய் சின்ன மீன்! இது இருபது கோடி மீன்! இது செயல்பட்டால் நாட்டுக்கு எவ்வளவு லாபம்! இருபத்தி நான்காயிரம் இணைப்புகள்.

மெதுவாக ஜாக்கிரதையாக அதை அணுகி, ஹாட் செட்டைத் திறந்து அந்தச் சிறிய திறப்பில் விசையைச் செலுத்தி அந்த பட்டனை அழுத்த...

மௌனமாக ஆனால் வேகமாக அந்த ஸோலார் பானல்கள் விரிந்து திறந்து கொண்டன. அதன்மேல் சூரிய ஒளிபட்டு புதிய சக்தி பெற்று ஸாட்டிலைட்டின் பத்து மாத உறக்கம் கலைந்து அது செயல்பட...

பூமியில் கன்ட்ரோல் கேந்திரத்தில் திடுதிப்பென்று கை தட்டல் ஒலி கேட்டது. ப்ரொபசர் சர்மா தன் ப்ரொபசர் தனத்தை மறந்து வாயில் விரல் வைத்து உய் உய் என்று விசில் அடித்தார்...

இன்ஸாட் ஒன்பதுக்கு உயிர் வந்து விட்டது. அதன் சர்வ சக்திகளும் பெற்று, அதன் சாட்சியாக பூமிக் கேந்திரத்தில் பற்பல வண்ண விளக்குகள் கண் சிமிட்ட...

'ஹுரே! துருவா வாழ்க!'

'துருவா தி கிரேட்!'

'மன்னன்யா! ஒரு நிமிஷத்தில கண்டுபிடிச்சுட்டான் பாரு!'

'துருவா!'

மௌனம்!

'துருவா ஃப்ரம் கன்ட்ரோல்!'

மௌனம். ஆயிரக்கணக்கான இடங்களிலிருந்து கேட்கும் விந்தை மௌனம்.

'த்ருவா ஃப்ரம் கன்ட்ரோல்! த்ருவா த்ருவா!'

சர்மா வெடித்தார். 'ட்ரை தி ஸடான்ட்பை சானல்! ட்ரை வி எச் எஃப்!'

அந்த இடத்து உற்சாகம் அடங்கிப் போய் சட்டென மௌனம்!

த்ருவா த்ருவா த்ருவா என்று ரேடியோ அலைகள் விண்வெளியில் ஆழப் பதிந்து தேடின!

அதே சமயம் துருவாவும் 'கன்ட்ரோல்! கன்ட்ரோல்' என்று கூவிக் கொண்டிருந்தான்.

'ஏன் பதில் இல்லை? ஏன்? என்ன ஆயிற்று. இந்த மடையர் களுக்குப் பதில் சொன்னால் என்னவாம்?'

'கன்ட்ரோல், கன்ட்ரோல்!'

ஏன் பதில்...

முதல் தடவையாக அதைப் பார்த்தான். கத்திக் குத்து போல வயிற்றில் உணர்ந்தான்.

தாய்க் கப்பலையும் தன்னையும் இணைக்கும் தங்க நிறக் கொடி அறுந்திருந்தது!

எப்படி? எப்படி? இது சாத்தியம்!

ஸோலார் பானல்கள் திடுதிடுப்பென்று விரிந்து திறந்து கொண்ட போது... அந்த வேகத்தில் அந்தக் கூர்மையான முனை பட்டு அறுந்து போயிருக்கிறது...

என்ன ஆச்சு. பதினைந்து நாள். பதினைந்தே நாள்! சரி! 'அதில் ஒரு சின்ன பழுது. ஒரு ஆளை அனுப்பினால் சரியாகி விடும்' என்றீர்கள். மூணு கோடி செலவழித்து ஒரு ஆளை அனுப்பியா யிற்று. அதிலும் கோளாறு. இப்போது பரணி! இதற்கு என்ன செலவாகும்?'

'நான்கு கோடியாவது ஆகும் ஸார்! ஸார்! துருவா சென்றதன் குறிக்கோள் நிறைவேறி விட்டதல்லவா? இன்ஸாட் சரியாகி விட்டது!'

'சரியாகி விட்டது. ஆனால், ஆள் திரும்பவில்லையே?'

'அது ஒரு அம்ப்லிக்கல் கார்டில் வெட்டு ஏற்பட்டு...'

'லுக் ப்ரொபசர்! உன் விஞ்ஞான வியாக்கியானத்தைக் கேட்டுக் கேட்டு அலுத்துப் போய் விட்டது. ஸாட்டிலைட் சரியாகி விட்டது. நிறைய டெலிவிஷன் டெலிபோன் இணைப்புகள் ஏற்பட்டு விட்டன! ரொம்ப நல்லது. துருவாவை அனுப்பி வைத்த காரியம் நிறைவேறி விட்டது. சரி. அவ்வளவுதான்! விடு விடுங்கள்!'

'ஸார் துருவா?' என்றார் அதிர்ந்து.

'துருவா அங்கேயே இருக்கட்டும். இன்னொரு நாலு கோடி செலவழித்து அவனை நம்மால் மீட்க முடியாது! மிக அதிகச் செலவு. அவன் சென்ற காரியம் நடந்து விட்டது!'

'ஸார் இது அநியாயம்! மனிதத் தன்மை அற்ற செயல். தப்பாக ஏதாவது ஆகி விட்டால் நாம் எப்படியாவது அவனைக் காப்பாற்றுவோம் என்கிற நம்பிக்கையில்தான் துருவா சென்றிருக்கிறான்! நம்பிக்கை மோசடி!'

'அந்த மாதிரி பொதுப் பணத்தை விஞ்ஞான முன்னேற்றம் என்று செலவழித்து வார்த்தைகளை வைத்து ஏமாற்றுவது எவ்வளவு நியாயம். எவ்வளவு மனிதத் தனம்! எவ்வளவு நம்பிக்கைக்குரிய காரியம்!'

'ஸார் அவன் ஒண்டியாக அங்கே சுற்றிக் கொண்டிருக்கிறான்!'

'சுற்றட்டும்.'

'எட்டுப் பேர் காத்திருக்கிறார்கள்!'

'இருப்பதற்குள் சிறந்த ஆசாமியை அனுப்பலாம்! போகும் போது ஒன்றியாகச் செலுத்த வேண்டும்!'

'விங் கமாண்டர் ஜெயசீலன்!'

'வெரிகுட், நான் தலைருக்குச் சொல்லி விடுகிறேன். அவரிட மிருந்து அனுமதி வேண்டும்!'

அந்தச் சிவப்பு டெலிபோனில் தலைவர் ஜெனரல் விக்ரமை மறுபடி அழைத்தார் டாக்டர் சர்மா.

'ஸார்! டாக்டர் சர்மா ஹியர்!'

'எஸ் டாக்டர் சர்மா! துருவாவுடன் தொடர்பு ஏற்பட்டதா?'

'இல்லை. இன்னும் இல்லை.'

'பின் என்ன செய்வதாக உத்தேசம்?'

'அவரைக் காப்பாற்ற ஒரே வழி மற்றொரு ராக்கெட் அனுப்பு வதுதான். இன்னும் எட்டு நாட்களில் அது சாத்தியம்!'

'வாட்? மற்றொரு ராக்கெட்டா?'

'ஆம்! அதன் முனையில் பரணி என்னும் கலம் அமைத்து, அதில் மற்றொரு விண்வெளி விமானியை அனுப்ப வேண்டும். பரணியில் இரண்டு பேர் உட்காரலாம்!...'

'பரணி! என்ன அது புதுப் பெயர்?'

'இன்னும் இது முழுவதும் பரிசோதிக்கப்படாத கலம்.'

'பறக்குமா? அல்லது நீங்கள் தொடர்ந்து அனுப்பும் டப்பாக்கள் போல ஏதாவது கோளாறு ஏற்பட்டு பாதியில் நின்று போய் பரணியைக் காப்பாற்ற மற்றொரு தரணியை அனுப்ப வேண்டுமா?'

'அப்படி நடக்காது சார்' சர்மாவுக்குப் புருவங்கள் அதிகம் துடிக்க ஆரம்பித்தன.

'அப்படி நடக்காது என்று எப்படிச் சொல்ல முடியும் உங்களால்? முதலில் இருபது கோடி செலவழித்தோம். இன்ஸாட் ஒன்பது

கேள்வி. துருவாவை எப்படிக் காப்பாற்றுவது? இப்போதுதான் ஜெனரல் என்னிடம் பேசினார். அவர் நம் பதிலுக்குக் காத்திருக் கிறார். டாக்டர் பிரகாஷ்?'

டாக்டர் பிரகாஷ் எழுந்து, 'டாக்டர் சர்மா கேட்டது ஒரே ஒரு கேள்வி. அதற்கு ஒரே ஒரு பதில்தான் இருக்க முடியும்! அவனைக் காப்பாற்ற மற்றொரு ராக்கெட் அனுப்ப வேண்டும்!'

'அதன் முனையில்?'

'இருவருக்கான விண்வெளிக் கப்பல்!'

'பரணி இரண்டா?'

'ஆம்!'

'அது நம்மிடம் ஒன்றுதான் இருக்கிறது. அதுவும் சரியாக சோதிக்கப்படவில்லை!'

'பறக்கிறது அல்லவா?'

'பறக்கும். ஆனால், இன்னும் முற்றுப் பெறவில்லை!'

'என்ன முற்றுப் பெறவில்லை?'

'ரேடியேஷன் ப்ரூபிங்.'

'பரவாயில்லை. இப்போது நாம் போராடுவது காத்துடன். ஒரு முக்கியமான இந்தியனின் உயிரைக் காப்பாற்ற இருப்பது ஒரே ஒரு வழி! பரணியை அனுப்புவது!'

'டாக்டர் ஃபெர்னாண்டஸ்! எத்தனை நாளாகும் உங்களுக்கு ராக்கெட்டுகளைக் கிளப்ப?'

'ஏழு நாட்கள்!'

'எக்ஸ்லண்ட் ஜெண்டில்மென்! இதில் நம்மிடம் எவ்வித அபிப்ராய பேதமும் இல்லையல்லவா?'

'துருவாவைக் காப்பாற்ற மற்றொரு ராக்கெட் செல்லும். அதன் முனையில் பரணி!'

'யார் ஓட்டப் போகிறார்கள்?'

தெரிந்த பிம்பம் அவருக்குப் பிரமிப்பை அளித்தது. கதவு மூடி யிருக்கிறது. கலம் காலியாக இருக்கிறது. எப்படி சாத்தியம்?

துருவா இன்ஸாட்டைச் சரி பண்ணி விட்டார். சரி பண்ணும் போது ஏதாவது விபத்து நிகழ்ந்து கொடி அறுந்திருக்குமோ? அதுதான்! அதுதான் எந்தத் தொடர்பும் இல்லை! ஓ மை காட்! அப்படி என்றால்? துருவாவை எப்படிக் காப்பாற்றுவது?

'கதவைத் திறப்பதற்கு ஆணைகள் கொடு!' என்று கதறினார்.

'முயன்று பார்த்து விட்டோம் டாக்டர்! ஆணைகளை எடுத்துக் கொள்ள மாட்டேன் என்கிறது!'

'எல்லா விஞ்ஞானிகளையும் உடனே கூப்பிடுங்கள்.'

'ஸார்! தலைவர் ஜெனரல் விக்ரம்!' என்று அவர் அருகில் ஒரு டெலிபோனைக் காட்டினான் ஒருவன்.

அதை எடுத்து,

'எஸ் ஸார்! எஸ் ஸார். நாங்கள் எங்களால் ஆனதைச் செய்து கொண்டிருக்கிறோம்...இன்னும் இல்லை.. ஸாட்டிலைட் சரியாகி விட்டது. ஐந்து நிமிஷத்தில் சரி பண்ணி விட்டான்!'

'நாங்கள் இப்போது கூடிப் பேசி முடிவெடுத்து அரை மணி நேரத்தில் உங்களுக்குத் தகவல் சொல்கிறோம் ஸார்...? அவனால் இன்னும் ஒன்பது நாட்கள் பதினேழு மணி நேரம் உயிர் வாழ முடியும்.'

டெலிபோனை வைத்து விட்டு கான்ஃப்ரன்ஸ் அறைக்கு ஓடினார் சர்மா.

நீண்ட சதுர மேஜை. சுவரில் பற்பல ராக்கெட்டுகளின் படம். வரைபடங்கள். சாதனைப் பட்டியல்கள். சோதனைப்பட்டியல்கள்.

டாக்டர் சர்மா தன் முகத்தைக் கைக்குட்டையால் துடைத்துக் கொண்டு எழுந்து நின்றார்.

'ஜெண்டில்மென் நாம் எதற்கு இங்கு கூடியிருக்கிறோம் என்பது உங்களுக்கு நன்றாகவே தெரியும். இந்தக் கூட்டத்தில் ஒரே ஒரு

அப்படி முடியவில்லை என்றால் ஒன்றுமே சாத்தியமில்லை என்றால், இன்னொரு ரிலிஃப் ராக்கெட் அனுப்புவார்கள்! பொறு பொறு!

எவ்வளவு நாளாகும்?

ஒன்பது நாள்!

ஒன்பது நாளைக்கு என்னிடம் முதுகில் ஆக்ஸிஜன் இருக்கிறது! உணவு மாத்திரைகள் இருக்கின்றன! மற்றொரு கலம் வந்து என்னைக் காப்பாற்றும் வரை நான் உயிர் வாழ்ந்தால் போதும்!

காத்திருக்க வேண்டும். பதறாதே! மறுபடி அந்தக் கதவை முயன்று பார்! முயற்சி முயற்சி. அவர்கள் உன்னை அவ்வளவு எளிதில் விட்டு விட மாட்டார்கள். அந்த நம்பிக்கையில்தானே நீ இந்தப் பிரயாணத்திற்கு ஒப்புக் கொண்டாய்?

ப்ரொபசர் சர்மாவின் அசகாய சூரர்கள் எப்படியாவது என்னைக் காப்பாற்றி விடுவார்கள். நிச்சயம் அவர்கள் மாய வித்தைகளில் ஒன்றைச் செய்து ஏன் மற்றொரு ராக்கெட் அனுப்ப மாட்டார்களா?

தலைவர் என்னை எவ்வளவு விரும்புகிறார். இந்நேரம் தலைவ ருக்குத் தகவல் தெரிந்திருக்கும்.

'ப்ரொபசர் சர்மா! என்ன வேண்டுமானாலும் செய்யுங்கள். எனக்குத் துருவா திரும்ப வேண்டும்!' என்று அடித்துச் சொல்லி விடுவார்!

பூமியில் கன்ட்ரோல் சென்டரிலிருந்து பத்திரிகை டெலிவிஷன் ஆசாமிகள் நீக்கப்பட்டார்கள். அனாவசியக் கூட்டம் வேண்டாம். இதை வெறும் கம்யூனிகேஷன் தொடர்பு சாதனத்தில் பழுது என்று நினைக்கிறோம். கூடிய விரைவில் துருவாவுடன் பேசலாம்! பேசி விடுவோம்! அதுவரை எங்களைத் தனியே விடுங்கள். விஞ்ஞானிகளுக்கு இந்தச் சந்தர்ப்பத்தில் தொந்தரவு ஏதும் கூடாது. ப்ளீஸ்! வெளியே வெளியே!

சர்மாவின் ஒரு புருவம் மட்டும் துடித்துக் கொண்டிருந்தது. ஒயர்லஸ் டெலிபோன் ஒலித்துக் கொண்டிருந்தது. தாய்க் கப்பலில் பெருகியிருந்த டெலிவிஷன் காமிராவின் மூலம்

அறுந்தால் என்ன?

பூமியுடன் என் செய்தித் தொடர்பு தானே அறுந்து விட்டது! அதனால் என்ன? பேசாமல் மிதந்து தாய்க் கப்பலுக்குப் போய் விடலாம்!

அதோ தாய்க் கப்பல்! அதோ தெரிகிறது. அதோ என் தாய்!

வெற்று வெளியில் நீந்தி அதை அடைய வேண்டும். அவ்வளவு தானே?

அவன் கையைக் காலை உதைத்துக் கொள்ள, அவன் என்னதான் செய்தாலும் அவனுக்கும் தாய்க் கப்பலுக்கும் தூரம் எதிர்பார்த்த அளவு குறையவில்லை! விண்வெளியின் வினோத பௌதிகத்தில் காற்றற்ற நியூட்டன் விதிகளின் ஆதிக்கத்தில் கையைக் காலை உதைத்து மெதுவாக மிக மெதுவாக தாய்க் கப்பலை அணுகினான்!

கிட்ட வந்ததும் அவனுக்குத் திகீர் என்று வயிற்றில் தீப்பற்றிக் கொண்டது.

அதன் சுளைக் கதவு மூடிக் கொண்டிருந்தது. அந்தக் கொடி இணைப்பு அறுந்ததில் ஏற்பட்ட குழப்பமான ஆணைகளில் கதவு மூடும் ஆணை ஒன்றும் பிறப்பிக்கப்பட்டு.

அய்யோ!

நான் எப்படி உள்ளே நுழைவேன்? என்ன செய்வேன்? யாரைக் கூப்பிடுவேன்! ரேடியோ தொடர்பு அற்று தாயின் மடிக்குத் திரும்ப முடியாமல் தனியாக, மிகத் தனியாக அவன் சர்வ அங்கங்களும் சிலிர்க்க, ஸ்பேஸ் உடைக்குள் குப்பென்று வியர்த்தது. மூளைக்குள் உஷ்ணம் பரவி முப்பத்தாறாயிரம் கிலோ மீட்டரில் மிதந்தான்.

துருவா! துருவா! பயப்படாதே! முதலில் உன்னைச் சுதாரித்துக் கொள்! என்ன ஆகி விட்டது இப்போது!

அவர்கள் உன்னிடமிருந்து சென்ற பதினைந்து நிமிஷமாகச் செய்தி ஒலிக்கவில்லை என்றால் என்ன செய்வார்கள்? டெலி கமான்ட் மூலம் அந்தக் கதவைத் திறக்க முயற்சிப்பார்கள்?

'நாம் அவனுக்கு உதவி அனுப்பப் போகிறோம் என்று எதிர் பார்த்து ஆவலுடன்.'

'எதிர்பார்க்கட்டும்! ப்ரொபசர்! இந்த நாடே என்னை எதிர்பார்த்து இருக்கிறது. நூறு கோடி மக்கள்! அவர்களில் இன்னும் எவ்வளவு வறுமை! எவ்வளவு ஏழ்மை தெரியுமா? அரசியல்வாதிகள் சென்ற இருபது வருஷங்களாக நாசம் பண்ணி வைத்து விட்டுப் போன இந்த நாட்டை எடுத்து நடத்தி ஏதோ ஒப்பேற்றி வைத்திருக்கிறேன். இப்போதுதான் தலை தூக்க ஆரம்பித்திருக் கிறோம். இருந்தும் வெட்டிச் செலவு இரட்டித்திருக்கிறது. கம்யூனிகேஷன் முக்கியம். ஒப்புக் கொள்கிறேன். 2,40,000 இணைப்புகள் முக்கியம்! நீங்கள் தரப்போகும் டெலிவிஷன் இணைப்புகள் முக்கியம்! எல்லாம் எனக்குத் தேவை. கல்விக்கு, பிரச்சாரத்திற்கு, சமூக மாற்றத்திற்கு. ஆனால், அந்த துருவா! அவன் இப்போது எனக்கு முக்கியமில்லை! அவன் நாட்டுக்குச் செய்ய வேண்டியதைச் செய்தாகி விட்டது. இனி அவனுக்காக நான் கோடி செலவழித்தால் இந்த ஊதாரித்தனத்தினால் சோறு கிடைக்காமல் கீழே இறக்கப் போகும் இந்தியர்களுக்கு யார் ஜவாப்தாரி? எனவே, துருவா சுற்றட்டும்! ஒன்பது நாளோ பத்து நாளோ சுற்றி விட்டு இறந்து போகட்டும்! அவனுக்கு எல்லா மரியாதைகளும் செய்வோம். அவன் மனைவிக்கு பென்ஷன் அளிப்போம். மகனுக்கு நல்ல கல்வி தருவோம். அவன் பெயரில் ஒரு நினைவுச் சின்னம் அமைப்போம். ஒரு தெருவுக்குப் பெயரிடுவோம்! அவ்வளவுதான்! கேட்கிறதா? அதற்கு மேல் ஒன்றும் கிடையாது!'

ஸதம்பித்த ப்ரொபசர் சர்மா, 'ஸார்! மன்னிக்கவும்? நான் உங்களுடன் உடன்படவில்லை!'

'உங்கள் துரதிருஷ்டம் ப்ரொபசர்!'

'நான் இந்த நிமிஷமே ராஜினாமா செய்கிறேன்!'

'சந்தோஷம். இந்த நிமிஷமே உங்களைக் கைது செய்வதற்கு ஏற்பாடு செய்கிறேன்! ஜெய் ஹிந்த்!'

'அம்மா! அப்பா எப்பம்மா திரும்பி வருவா?'

'வினோத் தொந்தரவு செய்யாதே!'

நளினி நடுங்கும் விரல்களால் இருபதாவது முறையாக ஸ்பேஸ் நிலையத்திற்கு டெலிபோன் செய்தாள்.

ஊம் ஊம் ஊம் என்று பிஸிடோன் நளினிக்குப் புரியவில்லை.

ஏன் டெலிவிஷனில் நிகழ்ச்சியை மாற்றி விட்டார்கள்?

ஏன் விண்வெளிக் கேந்திரத்துடன் தொடர்பு கொள்ளவே முடியவில்லை?

'அம்மா, அப்பா எப்ப பேசுவா? எப்ப வருவா?'

'வந்துருவார்! வந்துருவார்!'

முப்பதாயிரம் கிலோ மீட்டரில் துருவா சுற்றிக் கொண்டிருந்தான். ஒன்பதாவது உணவு மாத்திரையை விழுங்கினான்! மெது வாக மூச்சு விடு! பிராண வாயுவை விரயம் செய்யாதே! வந்து விடுவார்கள்! இன்னும் ஒன்பது நாள்! நிச்சயம் வந்து விடுவார்கள்!

நிபந்தனை

ஒன்பது மணிக்கே வெயில் கொளுத்திற்று. கசகசவென்று வியர்வை. முதுகுக்குள் மார்பில் எல்லாம் சின்னச் சின்ன ஊசி களாகக் குத்தியது. ஈஸ்வரிக்குப் பட்டுப் புடவை ஏன் உடுத்திக் கொண்டு வந்தோம் என்றிருந்தது.

பெரிய யானை ஒன்று முனிசிபாலிட்டி குழாயில் சமர்த்தாகத் தண்ணீர் பிடித்து முதுகில் ஆரவாரமாக வாரி இறைத்துக் கொண்டிருந்தது. யானைப் பாகன் பீடி குடித்துக் கொண்டிருந் தான். எதிரே கட்டை குட்டையாகக் கோபுரம் தெரிந்தது. அருகே தெப்பக் குளம். அதற்கு எதிர்ப்புறத்தில் பழங்காலத்து கோபுரக் கட்டடத்தின் உச்சாணியில் இருந்த வினோத் கடிகாரத்தையே பார்த்துக் கொண்டு பத்துப் பதினைந்து பேர் ஒன்பது அடிக்கக் காத்திருந்தார்கள். மணியடிக்கும் போது இரண்டு பொம்மை ஆடுகள் ஒன்றை ஒன்று முட்டிக் கொள்ளு மாம். மஹாராஜா செயலாக இருந்போது வாங்கிப் போட்ட கடிகாரம். இப்போது மஹாராஜாவே அந்தப் பதினைந்து பேரில் ஒருவராக இருந்தால் ஆச்சரியப்படக் கூடாது என்று சோமசுந்தரம் எண்ணினான்.

'கோயிலுக்குப் போயிரலாமே முதல்லே' என்றாள் ஈஸ்வரி.

'இத பார். எனக்குப் பசிக்குது. காலைல எழுந்து ஒரு காப்பி சாப்ட்டது. ரெண்டு ப்ளேட் இட்லி தின்னாத்தான் வண்டி ஓடும்.'

'எங்க வந்தாலும் சாப்பாடுதான் உங்களுக்கு.'

'என்ன செய்யறது. வேளைக்கு வேளை செய்து போட்டு என்னைக் கெடுத்து வெச்சுருக்க.'

சோமசுந்தரம் காரை அந்தக் கட்டிட நிழலில் நிறுத்தினான். மூஞ்சியைப் பார்த்து சுமார் என்று சொல்லக் கூடிய ஓர் ஓட்டலில் நுழைந்தார்கள். கல்லாவில் ஊதுபத்திப் பட்டைகள் அடுக்கியிருந் தன. பத்திரிகைகளின் இந்த வார அட்டைப் படப் பெண்மணி கேரளத்துத் தேங்காய்களை நினைவுபடுத்தினாள். குலை குலை யாகச் செக்கச் சிவந்த வழைப் பழங்கள் தொங்கின. மரவள்ளியும் பலாவும் வறுவலாகப் பாலித்தீன் பைகளில் அடங்கியிருந்தன. கமலஹாஸனுக்குக் கீழே மலையாளத்தில் நண்டு நண்டாக ஏதோ எழுதியிருந்தது.

'எந்தா வேண்ட' என்றான் காதில் பென்சிலுடன்.

'எனக்கு மலையாளம் தெரியாது. தமிழ்தான்.'

'சாரமில்லா பரயு....'

'என்னத்தை பரயறது. ஈஸ்வரி, நீ என்ன சாப்பிடற?'

'எனக்கு ஒண்ணும் வேண்டாம். சாமி கும்பிட்டுட்டு அப்புறம் சாப்பிடலாம்னு இருக்கேன்.'

'சரியாப் போச்சு. மறுபடி ஹோட்டலுக்கு வரணுமா?'

'ஏன்? வந்தா என்ன?' என்றாள் சற்று அழுத்தமாக.

'ஓ.கே! ஓ.கே.!'

'சின்னப் புள்ளலர்ந்து எங்க அப்பாம்மா கத்துக் கொடுத்திருக் காங்க, சாமி கும்பிட்டுட்டு சாப்பிடணும்னு. உங்களுக்கு அது மூட நம்பிக்கையா இருக்கலாம். வேணா...'

'சேச்சே. இந்தச் சின்ன விஷயத்துக்குச் சண்டையைத் துவங் காதே. ஒத்துக்கிட்டாச்சு; மறுபடி வரலாம். சரி, சரி... ஏம்ப்பா எனக்கு முதல்ல மூணு இட்லி வடை, அப்புறம் பச்சைத் தண்ணி, பச்சை வெள்ளம், சுக்கைப் போட்டுக் காய்ச்சி மஞ்சளா ஒரு வெள்ளம் கொண்டு வெப்பிங்களே அது வேண்டா. கேட்டா?' என்றான்.

கணவனின் மலையாள முயற்சிகளில் சிரிப்பு வந்தது ஈஸ்வரிக்கு. கோபம் போய் விட்டது.

'முணுக்குன்னா கோபமா?' என்றான்.

'பின்ன என்னவாம். நான் எது சொன்னாலும் அதுக்கு எதிராச் சொன்னா?'

'சரி! இன்னிக்கு ஒரு பிராமிஸ். நீ என்ன சொன்னாலும் சரி சரி மறுப்பே தெரிவிக்க மாட்டேன். வெளியூர்ல ஹோட்டல்லே வந்து எதுக்காக சணடை போடணும்?'

சாப்பிட்டு விட்டு வெளியே வரும்போது ஈஸ்வரி அந்த அம்மாளைப் பார்த்தாள். பிராமண மாது. நாற்பது இருக்கலாம். கிழிந்த நார்ப் பட்டில் ஜாதிக் கட்டு; ரவிக்கையில் ஒட்டு; நெற்றியில் வெறுமை. நரை இழையோடிய தலை. ஒரு சின்னத் தேங்காய் போல இருந்தது.; அவர்களை அணுகி சன்னமாகப் பிச்சை எடுத்தாள். தயக்கமாகக் கை நீட்டி ஹாஸ்யமில்லாமல் சிரித்து மெல்லிய குரலில், 'அம்மா மஹாலட்சுமி, ஏதாவது காசு தாயேன்' என்றாள். பற்கள் அங்கொன்றும் இங்கொன்றுமாகச் சோழிகள்.

அவள் ஒரு காலத்தில் செல்வாக்காக இருந்து நொடித்து போய்ப் பிச்சை எடுக்க வந்திருக்க வேண்டும் என்பது அவள் தோற்றத் திலும் கூசிக் குறுகிய தயக்கத்திலும் வெளிப்பட்டது.

சோமசுந்தரம் அவளுக்கு நாலணா கொடுத்தான்.

அவள் அதை வாங்கிப் பார்த்து, 'நாலணா போறாதுப்பா; குழந்தை பசியாக் கிடக்கிறாள். நானும் பட்டினி' என்றாள்.

'எவ்வளவு தரணும்கறிங்க பாட்டி?' 'பாட்டி' என்று அழைத்தது அசம்பாவிதமாக இருந்தாலும் 'மாமி' என்று அழைத்துத் தனக்கு ஒரு அவசியமில்லாத பிராமணத் தன்மையை வரவழைத்துக் கொள்ளச் சோமசுந்தரம் விரும்பவில்லை.

'ஒரு ரூபா கொடுத்தா எதிர்த்தாப்பல காப்பி கிளப்பில ஒரு முழுச் சாப்பாடு கிடைக்கும். நானும் என் பெண்ணும் சாப்பிடலா மாக்கும்' அவள் தமிழில் மலையாள உச்சரிப்பு தென்பட்டது. பாலக்காடாக இருக்கலாம்.

'இத பாருங்க. உங்களுக்கு ஒரு ரூபா கொடுத்தா உங்க வாழ்க்கைப் பிரச்சினை தீர்ந்து போயிடப் போறதில்லை. கொடுக்கிறத வாங்கிட்டுப் போங்க பெரியம்மா! வேற மூணு நாலு ஆளுங்க கிட்ட கேட்டா ஒரு ரூபா! அவ்வளவுதான்!' என்று சோமசுந்தரம் நடந்தான். ஈஸ்வரி சற்றுத் தயங்கினாள்.

'அம்மா மகாலட்சுமி; ஜகதீஸ்வரி; பூவும் பொட்டுமா அழகா தங்கமாட்டமா இருக்கியே. உனக்குத் தங்க விக்கிரகம் மாதிரி ஒரு புள்ளை பொறந்து எல்லாரும் செழிப்பா இருப்பிங்க. ஒரு ரூபா கொடுத்துப் போம்மா ராசாத்தி.'

கணவன் அங்கிருந்து, 'அவ கூட என்ன பேச்சு? வா வா!' என்று அவசரப்படுத்தினான். ஒரு கடைக்குள் நழைந்தான். 'தொந்தரவு பண்ணாதிங்கம்மா. போங்க!' என்று ஈஸ்வரி நடக்க, அந்தப் பெண்மணி உடன் தொடர்ந்து கடை வாசல் வரைக்கும் நீட்டிய கையுடன் வந்தாள்.

கடைக்குள் ஆயிரம் உதவாக்கரை சாமான்கள் இருந்தன. எத்தனை விதமான மர யானைகள், மரம் இழுக்கும் யானை, சேவிக்கும் யானை, ஏன் யானை மேல் யானையைக்கூட விட்டு வைக்க வில்லை.

'என்ன, போனாளா?'

'இல்லிங்க! பாவம் அய்யர் சாதி.'

'ஆமா அய்யர் சாதிதான். அதுக்குன்னு ஜாஸ்தி பணம் குடுக் கணும்கறியா? பிச்சைலேகூட வர்ணாச்ரம தர்மமா? இந்த யானை என்ன விலைங்க?'

'சட்! அது வேண்டாங்க! புத்தி போவுது பாரு!'

'விலை கேட்டேன்! திருவனந்தபுரத்துக்கு வந்ததுக்கு ஞாபகமா யானை வாங்கிட்டுப் போக வேண்டாமா?'

'அது நல்லா இருக்குதில்ல?' என்று நீண்ட சதுரப் பாயின் மேல் தத்ரூபமாக ஒரு யானை வரையப்பட்டிருந்ததைக் காட்டினாள். 'ஹாலில் அலங்காரமா தொங்க விடலாம். என்னப்பா விலை?'

பதினெட்டு ரூபாய் கொடுத்து அதை வாங்கிச் சுருட்டிக் கொண்டு கடைக்கு வெளியே வரும்போது அந்த அம்மாள் இன்னும் நின்று

கொண்டிருந்தாள். அதே அரைக்கை நீட்டல். அதே அசட்டுச் சிரிப்பு. ஏழ்மையின் தங்க மெடல்கள். ஈஸ்வரிக்குக் குற்ற உணர்வு உறுத்தியது. 'பதினெட்டு ரூபாய் கொடுத்து அலங்காரச் சாமான் வாங்குகிறாய். எனக்கு நாலணாவுக்குக் கணக்குப் பார்க்கிறாய்!' என்று அவள் பார்வையே கேட்பதுபோல் தோன்றியது.

கணவன் கவனிக்காமல் காரை நோக்கி நடந்து கொண்டிருக்க, ஈஸ்வரி இரண்டாம் முறை தயங்கி யோசித்தாள்.

'பாட்டி, உங்க பேர் என்ன?'

'அலுமேலும்மா.'

'எந்த ஊர் ங்க?'

'வடக்கே திருச்சூர்.'

'ஏன் இப்படி பிச்சை எடுத்துப் பிழைக்கும்படியா ஆய்டுச்சு?'

'அதை ஏண்டிம்மா கேக்கறே. எங்க தாத்தா சப்ரிஜிஸ்திரார இருந்தார். ஆத்தில நாலு சேவகா இருந்தா. தென்னந்தோப்பும் துரவுமா காய் காய்ச்சு தாழ்வாரம் பூரா கொட்டியிருக்கும்.'

'அது சரி. இப்ப ஏன் இப்படி ஆய்டுச்சு?'

'எங்கப்பன் சொத்தையெல்லாம் அழிச்சிட்டு எங்கள நடுத் தெருவில் நிக்க வெச்சுட்டுப் போயிட்டான். சமையல்காரனுக்கு வாக்கப்பட்டேன். அவரும் போய்ட்டார். நானும் என் பெண்ணும் மட்டும் தனியா.'

'கூடப் பிறந்தவங்க யாரும் இல்லையா?'

'இருக்கான். தம்பிக்காரன் திருச்சூர்ல வாத்தியாரா இருக்கான். ஆம்படையா பேச்சை கேட்டுண்டு துரத்தி விட்டுட்டான்!'

'வீட்டு வேலை ஏதாவது செஞ்சு பிழைக்கறதுதானே?'

'பிழைக்கலாம். யாராவது வேலை குடுத்தாத்தானே? அதுக்குக் கூட சிபாரிசு தேவையா இருக்கு. இல்லைன்னா திருடிப்டுவேனாம். இப்பகூட ஒரு நம்பூதிரிவீட்டில் கூட்டிருந்தா. போறதுக்குள்ள வேற பொம்மனாட்டி வந்துட்டா. என் மூஞ்சியப் பார்த்தா திருட மாதிரியா இருக்கு சொல்லும்மா. ஒரே ஒரு பொண்ணு. ஸ்கூலுக்குப் போயிண்டிருக்கா. மத்யான சாப்பாடு ஒரு சத்திரத்தில்

கிடைக்கும். இன்னிக்கெல்லாம் என்ன வயசுங்கறே எனக்கு? நாப்பத்திரண்டு. பசிச்சுப் பசிச்ச அறுபது வயசாட்டம் இருக்கன். 'பாட்டி'ங்கறே!'

'வீட்டு வேலை எல்லாம் செய்வீங்களா?'

'பேஷா! சமைப்பேன். பத்து பாத்திரம் தேய்ப்பன். மாடு கறப்பேன். இட்லி தோசைக்கு அரைப்பேன். கைக் குழந்தைக்கு எண்ணெய் தேய்ச்சு விடுவேன். வேண்டப்பட்ட காரியம் செய்வனாக்கும். எட்டூருக்கு வேலை செய்வேன்.'

சோமசுந்தரம் கார் வரை சென்று காத்திருந்து பொறுமையிழந்து திரும்பி வந்தான். 'என்ன ஈஸ்வரி இங்கேயே நின்னுட்டே? இத பாருங்க அய்யர் வீட்டு அம்மா, காசு கொடுத்தாச்சில்ல? பேசாம போயிட வேண்டியதுதானே?'

ஈஸ்வரி அவனைக் கவனிக்காமல், 'இப்ப, எங்க கூட வறீங்க ளாம்மா?' என்றாள்.

'எங்கே?'

'மெட்றாஸுக்கு. வீட்டு வேலை செய்யறதுக்கு எனக்கு ஒரு ஆள் தேவையா இருக்கு.'

'வெயிட் எ மினிட்! வெயிட் எ மினிட்! என்ன ஈஸ்வரி! உடனே அப்பாய்ண்ட்மெண்ட் ஆர்டர் கொடுத்துர்றதா?'

'சும்மா இருங்க? பாட்டி, பெரியம்மா! உங்களால மெட்றாஸ் வர முடியுமா சொல்லுங்க!'

அம்மாள் கண்களில் முதல் தடவையாகப் பிரகாசம் ஏற்பட்டது. 'என்னம்மா இப்படிக் கேட்டுட்டே! உடனே புறப்பட்டு வரேம்மா! கடல் தாண்டி வேணும்னாலும் வரேன்!'

'கொஞ்சம் இரு ஈஸ்வரி!'

'இன்னிக்கு மத்யானம் நாங்க கார்ல இந்த ஊரை விட்டுக் கிளம்பி நாகர்கோயில் போறம்.'

'இன்னிக்கே வந்துர்றேம்மா!' அவள் முகம் பூரா இப்போது அந்தப்பிரகாசம் பரவியிருந்தது. 'ஆனா கோமதி?'

'கோமதி யாரு?'

'என் பொண்ணு. பள்ளிக்கூடத்துக்குப் போயிருக்கா.'

'எப்ப திரும்பி வரும்?'

'ஒரு மணிக்கு.'

'நாங்க ரெண்டு மணிக்குக் கிளம்பறம். உங்க பொண்ணையும் அழைச்சுக்கிட்டு வந்திருங்க. பொட்டி படுக்கையெல்லாம் கொண்டுட்டு வந்துருங்க.'

'பொட்டியுமில்ல. படுக்கையுமில்ல. ஒத்தக் கடையில ஒண்ணு ரெண்டு பை! பிளாட்பாரத்திலாக்கும் படுத்துக்கறது' கண்களைத் துடைத்துக் கொண்டாள். 'மஹாலட்சுமி மாதிரிதாம்மா வந்து சேர்ந்தே நீ! உனக்கு நான் நாயா உழைக்கிறேன்! உடம்பை செருப்பா தேய்ச்சுப் போடறேன்.'

'சரி, சீக்கிரம் போய்ட்டு வாங்க!'

'இதோ' ஓடினாள்.

சோமசுந்தரம் மௌனமாக தன் மனைவியையே பார்த்துக் கொண்டிருந்தான்.

'என்ன பார்க்கறீங்க? வாங்க கோயிலுக்குப் போகலாம்!'

'நீ செய்யறது சரிதானா? அது உனக்கே நல்லா இருக்கா? முன்ன பின்ன தெரியாத தேசத்திலே முன்ன பின் தெரியாத பொம்பளைய கார்ல கூட்டுட்டு மெட்றாஸுக்கு அழைச்சுட்டுப் போறதா?'

'காலைல என்ன சொன்னிங்க?'

'விசாரிக்க வேண்டாமா?'

'காலைல ஹோட்டல் என்ன சொன்னிங்க?'

'மெட்றாஸ்ல கிடைக்காத பொம்பளைகளா?'

'காலைல நீ என்ன சொன்னாலும் மறுப்பே தெரிவிக்க மாட்டேன்னு சொல்லல நீங்க?'

'அது சரி. ஆனால், இந்த விஷயம்...?'

'நடங்க கோயிலுக்கு.'

சட்டையைக் கழற்றி பாண்ட்டை மடக்கி அதன் மேல் வாடகை வேஷ்டி சுற்றிக் கொண்டு சோமசுந்தரம் வர இருவரும் கோயிலுக்குள் நுழைந்தார்கள்.

'ஆம்பிளைங்களுக்கு மட்டும் சட்டையைக் கழட்டணும்னு என்ன ரூல் இது?' என்ற அவன் ஹாஸ்யத்தை அவள் கவனிக்கவில்லை.

'எவ்வளவோ தடவை சாமி கும்பிடறோம். என்ன பிரயோசனம்? நடைமுறையில் ஏதாவது நல்ல காரியம் செய்ய வேண்டாம்? இந்த ட்ரிப்புக்கு இதுவரை எவ்வளவு ரூபா செலவழிச்சிருக்கம்? எத்தனை பெட்ரோல்? எத்தனை சினிமா? எத்தனை ஐஸ்கிரீம்? எத்தனை கண்டா முண்டா சாமான்கள்? ஓர் ஏழைப் பொம்பளைக்கு நாலணா குடுக்க மூக்கால அழறோம். நாம எல்லாம் மனுசங்க இல்லியா? இரக்கம் கிடையாது? வேற யாரவது பார்த்துப்பாங்கன்னு எல்லாருமே விட்டுட்டா யார் அந்த வேறு யாராவது? கோயிலுக்குக் கூடப் போக வேண்டாங்க. இந்த மாதிரி ஒரு நல்ல காரியம் செஞ்சா அதுவே பெரிய தபஸ்!'

சோமசுந்தரம் நடந்து கொண்டே கை தட்டினான்.

இருவரும் சன்னதிக்குள் நுழைந்தார்கள்.

கோவிலை விட்டு வெளியே சட்டை அணிந்து கொண்டு காசு கொடுத்து விட்டு வெளியில் இறங்கிய போது தாடி வைத்த ஆசாமி ஒருவன் சைக்கிளில் வந்து அவர்கள் அருகில் நிறுத்தி இறங்கினான். அவனை சமீபத்தில் பார்த்த மாதிரி இருந்தது.

'ஸார், ஒரு விஷயம்.'

'ஒண்ணும் வேண்டாம்ப்பா.'

'நான் ஏதும் விக்கறதுக்கு வரலையாக்கும். எதுத்தாப்பல கடைக்காரன்தான். அம்மாவும் அந்த அலமேலுவும் கொஞ்ச நேரம் முன்னாடி என் கடை வாசல்ல பேசிட்டிருந்ததைக் கவனிச்சேன். அம்மா, அவளை மெட்ராஸுக்கு அழைச்சுட்டுப் போறதா சொன்னது.'

'ஆமாம். என்ன இப்ப.'

'கோவிக்க வேண்டாம். இந்தப் பொம்பளைய நீங்க கூட்டிப் போகக் கூடாது.'

'ஏன்?'

'அது செரியில்ல.'

'சரியில்லைன்னா?'

'உங்ககிட்ட பொய் சொல்லியிருக்கு. எனக்கு செரியா காதில் விழல. கேவலமான பொம்பள, பிராமணப் பொம்பளை. பதினாலு வயசில ஒரு பொண்ணு. அதைத் தெருவில் அலைய விட்டு அதை வெச்சு சம்பாதிக்கிறவளாக்கும் அவ!'

'மை காட்! பொண்ணு. ஸ்கூலுக்குப் போறதா சொன்னாளே?'

'பொய்! ஸ்கூலாவது ஒண்ணாவது. சுத்தப் பொய். இவளுக்கு ஏகப்பட்ட கடனாக்கம். திருச்சூர்ல தம்பி இருக்கான். அவன்கூட சரியா இருக்க முடியாம ஓடி வந்தாச்சு! எங்கிட்ட இருந்தே நூத்தம்பது ரூபா கடன் வாங்கியிருக்கு. வீட்டு வேலை ஒண்ணும் தெரியாது. வெறும் சாக்கடை. உடம்பெல்லாம் பொய்யி. நான் சொல்றதைச் சொல்லிட்டேன்.'

சோமசுந்தரம் மனைவியைப் பார்த்தான். ஈஸ்வரியின் முகத்தில் தீர்மானமின்மை தெரிந்தது. 'என்னங்க இப்படிச் சொல்றான்?' என்றாள்.

அப்போது அலமேலு அம்மாளும் அவள் பெண் கோமதியும் ஒரு துணி மூட்டை, கோணிப் பை, தகரப் பெட்டி சகிதம் அவர்களை நோக்கி ஆர்வத்துடன் வந்து கொண்டிருந்தார்கள்.

'இப்ப என்னங்க செய்யறது?' என்றாள் ஈஸ்வரி. சைக்கிள் காரனைப் பார்த்ததும் அம்மாவும் பெண்ணும் பிரேக் போட்டாற் போல் நின்றார்கள்.

'வாங்க அலமேலு அம்மா! வெளியூர் கிளம்பிட்டாப்பல?' என்றான். அவள் பார்வை சரிந்தது.

சோமசுந்தரம் அந்தக் கோமதியைப் பார்த்தான். வளர்த்தியான பெண். பதினாலு வயசுதான் இருக்கும். குழந்தை முகம். சாயம் போன பாவாடை. சாயம் போன தாவணி. பிளாஸ்டிக் மாலை

ஒன்றைக் கடித்துக் கொண்டிருந்தாள். கன்னம் கரேல் என்று தலைமயிர். கண்கள், கொஞ்சம் கொஞ்சம் தீபா.

'என்னம்மா, இந்த ஆளு உங்களைப் பத்தி வேற மாதிரி இல்ல சொல்றார்?'

'அய்யா! அவர் சொல்றதை நம்பாதீங்க! அவருக்கு நான் பணம் கொடுக்கணும்னு என்ன என்னவோ பொய் சொல்வார். எல்லாம் பொய்! அப்படி எல்லாம் இல்ல!'

'ஏய் மூதேவி! நீ எனக்கு ஒண்ணும் பணத்தைத் திருப்பித் தர வேண்டாம்! வெளியூர்க்காரர்களை ஏமாத்தாதே!'

'அப்ப இவர் சொல்றது நிஜமா பெரியம்மா?'

'பொய்! எல்லாம் பொய்! நான் ஏழை, ஏழை சொல் அம்பலம் ஏறாதும்பா. எல்லாரும் சேர்ந்துண்டு அழிச்சாட்டியம் பண்ணி...'

ஈஸ்வரி, கோமதியைப் பார்த்துக் கொண்டே இருந்தாள். அந்தப் பெண் பூமியைப் பார்த்துக் கொண்டு கால் கட்டை விரலால் வட்டங்கள் வரைந்து கொண்டிருந்தது.

ஈஸ்வரி, 'வாங்க போகலாம்'என்றாள்.

'இரு ஈஸ்வரி. இதைச் சரியா விசாரிச்சுறலாம். யார் பொய் சொல்றான்னு பார்த்துறலாம்!' என்றான் சோமசுந்தரம்.

'யார் பொய் சொன்னாலும் யார் நிஜம் சொன்னாலும் இந்த அம்மா நமக்கு வேண்டாம்!' என்றாள் தெளிவாக.

'அப்படி பட்டுனு சொல்லிட்டா எப்படி? உனக்கு உதவிக்கு வேணும்னுட்டுத்தானே...'

'மெட்றாஸ்லே கிடைக்காத பொம்பளைங்களா?'

'இந்த ஆள் சொல்றது எவ்வளவு தூரம் நிஜம்னு யாருக்குத் தெரியும்?'

ஈஸ்வரி கோபத்தில் வெடித்தாள். 'இப்ப நீங்க கிளம்பறீங்களா இல்லையா?'

சோமசுந்தரம் மவுனமாகக் காரை ஸ்டார்ட் செய்தான். மெதுவாக நகர்ந்தான். அந்த அம்மாள் அந்தப் பெண்ணுடன் கூட ஓடி வந்தாள். அய்யா! அம்மா! அம்மாடி! எனக்கு ஒரு வழி பண்ணிக்

குடுப்பேன்னு நினைச்சேன்! ஏதோ பசிக் கொடுமையினால், அடுத்த வேளை சாப்பாட்டுக்கு இல்லாத கொடுமையிலே தவறுதலா நேர்ந்திருந்தாலும் நீங்க மன்னிக்கக் கூடாதா? என்னை உங்காத்துல சேர்த்துக்க வேண்டாம். பட்டணத்தில் அழைச்சுண்டு போய் ஏதாவது ஒரு ஆச்ரமத்தில் ரெண்டு பேரையும் சேர்த்துடுங்கோ. புண்ணியம் உண்டு! இந்த இடத்தில் இருந்து எனக்கு விடுதலை கொடுங்கோ' தாடிக்காரனைக்கு காட்டி, 'இவாதான் என்னை அந்த மாதிரி பண்ணா!' 'இவாதான் சொல்லிக் கொடுத்தா!' 'இவாதான் சொல்லிக் கொடுத்தா!'

'ஸாரி பெரியம்மா. உங்களுக்கு ஹெல்ப் பண்ண முடியாத நிலையில் இருக்கேன்!' சோமசுந்தரம் கியர் மாற்ற கார் வேகம் பிடித்தது.

அதன் கண்ணாடி வழியாக மூவரும் நிற்பதைப் பார்த்தாள் ஈஸ்வரி. புடவைத் தலைப்பில் அழுது கொண்டு அலமேலு, சங்கிலியைக் கடித்துக் கொண்டு காலால் தரையில் கோடிட்டுக் கொண்டு கோமதி; சற்றுத் தூரத்தில் அவர்களை வா என்று கூப்பிடும் சைக்கிள் தாடி.

கருணைக்கும் சில நிபந்தனைகள் உண்டு.

3

A126629001

சத்யமூர்த்தி ரொம்ப வருஷங்களாகப் பரிசுச் சீட்டுகள் வாங்கு கிறார். ஒரிஜினலாக பாராபத்தி என்று ஒரிஸ்ஸாவிலிருந்து லாட்டரி வந்து கொண்டிருந்த நாட்களிலிருந்து அவருக்கு லாட்டரி மோகம். சிக்கிம் லாட்டரி தெரியுமோ? அதுகூட ரொம்ப நாட்களாக வருகிறது. இடையே ஆர்.எம்.டி.ஸி. என்று ஒரு ஒன்று இரண்டு லாட்டரி இலண்டனிலிருந்து ஃபுட்பால் பூல். தினுசு தினுசாக, கலர் கலராக உலகத்தில் உள்ள அத்தனை லாட்டரியும் வாங்கியிருக்கிறான். இருபத்து ஆறு வருஷம் சர்வீஸ். இதுவரை ஒரு குந்துமணி பெயர்ந்ததில்லை. ஒரு பரிசு விழுந்ததில்லை. வாங்கின சீட்டுக்களை எல்லாம் சேர்தது ஒட்டி னால் யூனிட்டி பில்டிங் முழுவதையும் மறைத்து ஒன்று இரண்டு டிக்கெட்டுகள் மிச்சமிருக்கும்.

அதிர்ஷ்டத்தைத் தேவதை என்று சொல்கிறார்கள. பூச்சுத்தி கண்ணுக்கு மையிட்டு, அழகாக அஷ்ட லட்சுமிகளில் ஒருத்தி யாகக் காட்டுகிறார்கள். அவளோ அல்லது ரோஸ் கலர் புடவை கட்டிக் கொண்டு இரண்டு உள்ளங்கைகளாலும் தங்கக் காசு சொரியும் அவள் சகோதரி தனலட்சுமியோ இதுவரை சத்ய மூர்த்தியைக் காதலித்ததில்லை. கல்யாணத்திற்கு முன்பிருந்தே அவன் இவ்விரண்டு தெய்வப் பெண்களையும் உபாசித்தும் கடாட்சமில்லை - இன்றுவரை.

இன்றைக்கு என்ன ஆச்சு? சொல்கிறேன். அதற்கு முன் சத்ய மூர்த்தியின் மனைவி மகளையும் பற்றி சில வரிகள்.

மனைவி லட்சுமி. மகள் மாலா. மனைவி கொஞ்சம் கட்டுப்பாடா னவள். தன் பெண்ணை எப்படியாவது ஒப்பேற்றி விட வேண்டும்.

தனக்குச் சின்ன வயசில் கிடைக்காத சலுகைகள் அவளுக்காவது கிடைக்க வேண்டும். அவள் பாட வேண்டும். ஆட வேண்டும் என்றெல்லாம் கொள்ளை ஆசை அவளுக்கு. என்ன சொல்வது? எல்லாவற்றிற்கும் காசு வேண்டுமே. பெண்ணுக்குப் பதினாலு வயசு. பாட்டு கொஞ்சம் சுமாராக வருகிறது. கண்ணுக்கும் நன்றாய் இருக்கிறாள். முறைப்படி சங்கீதம் சொல்லிக் கொடுக்கலாம் என்றால் பாட்டு வாத்தியார்கள்; அம்பது அறுபது கேட்கிறார்கள். வீட்டுக்கு வர மாட்டார்களாம். பணம் வேண்டுமே.

ஆனந்தன் என்பவர் உதவுவதாகச் சொல்கிறார். பின் பக்கம் தள்ளி வாரி, குங்குமப் பொட்டு வைத்துக் கொண்டு கலாலயம் ஒன்று நடத்துகிறார். அங்கே சேரவும் காசு தேவை. சத்யமூர்த்தியின் சம்பளம் மாசாந்திர உயிர் வாழ்தல்களுக்கே போத மாட்டேன் என்கிறது. நகையை அவ்வப்போது வைத்து, மீட்டு அவஸ்தைப் பட வேண்டி இருக்கிறது. இந்த அழகில் லாட்டரிச் சீட்டு வேறு. லட்சுமிக்குத் தன் மகளுடன் தானும் பாட்டுக் கற்றுக் கொள்ள ஆசை. முப்பத்தி சொச்சம் ஒரு வயசா? கொஞ்சம் அலங்காரம் பண்ணிக் கொண்டால் பத்து வருஷம் பின்னால் போகலாம். மாலாவை 'இது யாரு உன் தங்கையா?' என்று கேட்பார்கள். ஏழ்மை, பாழாய்ப் போன ஏழ்மை. பாழாய்ப் போன லாட்டரி! அதிர்ஷ்டக் கட்டையான கணவன்!

ஆனால், லாட்டரி சீட்டு வாங்குவதால் குடும்ப நிலை மோசமாகி விட்டது என்று பொய் சொல்லக் கூடாது.

மாசாந்திர பட்ஜெட்டில் லாட்டரி டிக்கெட்டுக்கு இடம் உண்டு. அவ்வளவுதான். பாலுக்கு இவ்வளவு, பருப்புக்கு இவ்வளவு, லாட்டரிக்கு இவ்வளவு. அதை ஏதாவது வெட்டிச் செலவு என்று சொல்லி விட்டால் சத்யமூர்த்திக்குப் பொல்லாத கோபம் வந்து விடும். 'நீ வாங்கற பத்திரிகை', 'நீ போற சினிமா' என்று அவள் பொழுதுபோக்கு சாம்ராஜ்யங்களைத் தாக்க ஆரம்பித்து விடுவான். ஒழிந்து போகிறது, மாசம் முப்பது ரூபாய்தானே. சத்யமூர்த்திக்குக் கருப்பாகக் கன்னத்தில் மறு இல்லையா? அதைப் போல அதுவும் ஒரு உபத்திரவமில்லாத குறை என்று லட்சுமி சண்டை பிடிப்பதில்லை.

மாலாவுக்குப் படிப்பு வரவில்லை. பதினாலு வயசுக்கு, எட்டா வது படிக்கிறாள். கிளாஸிலேயே உயரமான பெண். சமூகவியல் புத்தகத்துக்குள் ரஜினிகாந்த். அட்டையிட்டு பார்பரா கார்ட்

லண்ட் காதல் கதைகள். எதிர் வீட்டு சைக்கிள்கார சந்திரசேகர் அவளைப் பார்த்து ஸ்டைல் அடித்து லெட்டர் கொடுத்திருக்கிறான். சேகர் மட்டும் இல்லை. பல காலேஜ் பையன்கள், பள்ளிக்கூடத்தில் ஒரு பி.டி. மாஸ்டர் என்று பலர் வெவ்வேறு சமயங்களில் அசடு வழிந்திருக்கிறார்கள். தமிழ் எம்.ஏ. படிக்கிற பார்த்தசாரதி ஒரு கவிதை எழுதி புதிய வார்ப்புகள் வருகிறாயா என்று கேட்டிருக்கிறார். மாலா பதினாலு வயசுக்கே இப்படி. பதினாலு ஒரு குழப்ப வயசு. மற்றவர்கள் கவனம் தன் மேல் படும் சந்தோஷத்தை இனம் பிரிக்க முடியாத வயசு. பல 'இப்படிச் செஞ்சால் தப்பு'கள் புலப்படும் வயது.

போகட்டும்; சத்யமூர்த்திக்கு அன்று என்ன ஆச்சு. சொல்ல வேண்டாமா?

விடுமுறை. காலை எழுந்தவுடனே பேப்பர் பிரித்தான். பிரிட்டனில் மந்திரி சபை கவிழ்ந்ததோ, முழுசாக ஒரு ஏரோப்பிளேன் எரிந்ததோ அவன் கவனத்தை ஈர்க்கவில்லை. காரணம், தமிழ் நாடு லாட்டரி அன்றைக்கு ரிஸல்ட். பம்பர் குலுக்கல். ஒரு பத்து லட்சம், இரண்டு அஞ்ச லட்சம், அப்புறம் சீரிஸுக்கு ஒன்று ஒன்று லட்சம், லட்சம், லட்சம், லட்சம்.

பூச்சி பூச்சியாய்ப் பரிசு விழுந்த எண்கள் அச்சடித்திருந்தன. அவசரமாக தன் பெட்டியைக் குடைந்து சீட்டை எடுத்துப் பார்த்தான். ஒன்றிரண்டு காயத்ரி சொல்லிக் கொண்டான். தேடினான்.

அஞ்சு லட்சம் பரிசு. ஒன்று ஏ சீரிஸில் விழுந்திருந்தது. நரம்புகளில் சிலிர்த்தது. நம்பரைப் பார்த்தான். ஏ 126 62 88931! தன் சீட்டு ஏ - 126 62 9001! கடவுளே நூற்று எட்டு எண் வித்தியாசத்தில் போயிருக்கிறான்! இதுவரை அவன் வாழ்நாளில் இவ்வளவு தொகைக்கு இவ்வளவு கிட்டத்தில் வந்ததில்லை. நூற்று எட்டு! எவ்வளவு கிட்டம்! அஞ்சு லட்ச ரூபாய் டிக்கெட்டு. இந்த ஊரிலேயே, ஏன், நான் வாங்கின கடையிலேயே விற்பனை ஆகியிருக்கலாம். அந்த அதிர்ஷ்டக்காரன் நானில்லை. சத்யமூர்த்திக்குத் தன்னிரக்கம் மிஞ்சிப் போய் சற்று நேரம் காலாவதியான தன் சீட்டை வெறித்துப் பார்த்திருந்தான். உடனே கிழித்துப் போட்டிருக்கலாம். ஏனோ வைத்துக் கொண்டான்.

லட்சுமியும் மாலாவும் இன்னும் தூங்கிக் கொண்டிருந்தார்கள். இப்போதைக்குக் காப்பி கிடையாது. எழுப்பினால் லட்சுமி நாள் பூரா உம்மென்றிருப்பாள். சண்டை போடுவாள். மெதுவாக எழுந்து வெளியே வந்தான். என்ன வாழ்க்கை இது? நூற்று எட்டு

எண்களில் போச்சு! அஞ்சு லட்சம் விழுந்திருந்தால் லட்சுமியை அதட்டி எழுப்பியிருக்க முடியும். வெள்ளி டம்ளரில் காப்பி கேட்டிருக்க முடியும். 'கால் நகங்களை வெட்டுடி' என்று அதட்டி யிருக்கலாம். சத்யமூர்த்தியின் அல்நாஷர் கனவுகள் மெலிதாக விஸ்தாரப்பட்டன. நடந்து கொண்டே இருக்கையில் அந்தப் பச்சை பங்களாவை விலை பேசி வாங்கி விட்டான். வேப்ப மரத்தில் ஊஞ்சலில் ஆடினான். லட்சுமி பளபளப்பாக இளமையாக காரில் வந்து இறங்கி, 'டிரைவர்! நீ போய் சாப்டுட்டு குழந்தையைக் காலேஜ்ல இருந்து அழைச்சுட்டு வந்தப்புறம் பெரிய காரை எடுத்துட்டு எஜமானரை..' ஏய் ஓரம் ஓரம்! சைக்கிள் ரிக்ஷா மஞ்ச ளாகக் கடந்தது. அஞ்சு லட்சமும் கலைந்து விட, தன் நண்பன் கல்யாண சுந்தரம் சொன்னது ஞாபகம் வந்தது. 'ஒரு குரங்கு டைப் அடிக்கிற இயந்திரத்துக்கு முன்னால் உட்கார்ந்துக்கிட்டு தக்கா புக்கான்னு அடிச்சு, அடிச்ச விஷயம் அகஸ்மாத்தா கம்ப ராமா யணத்தில் ஒரு பாட்டா அமையறதுக்கு எவ்வளவு சான்ஸ் இருக்கோ, அவ்ளவவு சான்ஸ்தான் இந்த லாட்டரியில!'

'விழுந்ததே? விழுந்திருக்கே! கோத்தகிரியில என் ஃப்ரெண்டு ஒருத்தனின் பக்கத்து வீட்டுக்காரனுக்கு ரெண்டு தடவை விழுந் திருக்கு. உன் ஸ்டாடிஸ்டிக்ஸ்படி பார்த்தா ஆயிரம் வருஷத்துக்கு ஒரு முறைதான் அது சாத்தியம். ஸ்டாடிஸ்டிக்ஸ் மட்டுமில்லே; தெய்வச் செயலும் இருக்கு!' என்று எதிர் வாதாடியவன் இப்போது தெய்வமாவது செயலாவது என்று அலுத்துக் கொண்டு சின்னி கிருஷ்ணன் கடைக்குச் சென்றான். இந்த மாசத்தோடு லாட்டரிக்குத் தலை முழுக்கு என்று சின்னி கிருஷ்ணனிடம் சொல்லி விட வேண்டும். கடை பூட்டியிருந்தது. வாசலில் ஒரு முள்தாடி நின்று கொண்டிருந்தான். அழுக்குக் கயிறும் குவளையு மாக பால்காரன் போலிருந்தான். பரிச்சயமில்லாத ஆசாமி.

'கடை எப்ப திறக்கும்?' என்றான். அவன் கண்களுக்குப் பதில் இரண்டு கிணறுகள். அழுக்காக முண்டாசு. வாழ்க்கையில் அடி பட்ட ஆசாமி போல ஆஸ்பத்திரியிலோ ஜெயிலிலோ பல வருஷங்கள் கழித்தவன் போலத் தோன்றினான்.

'திறக்கறதுக்கு நாழியாகும்.'

'இல்லை. இந்தக் கடையில் ஒரு பரிசுச் சீட்டு வாங்கினனுங்க. விழுந்திருக்கா பார்க்கணும்' நெற்றியில் பட்டையாக விபூதி. காலில் செருப்பில்லை. உடம்பில் சட்டையில்லை.

'இன்னி பேப்பர்ல வந்திருக்குது. நம்பர் இருக்கா பாருங்கள்.'

'எனக்குப் பார்க்க வராதுங்க! எளுதப் படிக்கத் தெரிஞ்சிருந்தா இந்த நிலையில ஏன் இருக்கனுங்க!'

'டிக்கெட் வெச்சிருக்கியா?'

'இருக்குங்க.'

'காட்டுங்க.'

இடுப்பில் செருகியிருந்த அழுக்குக் கணக்குப் புத்தகத்தின் நடுவே பத்திரமாக வைத்திருந்த சீட்டை எடுத்துத் தர, சத்யமூர்த்தி வாங்கிப் பார்த்தான்.

ஏ சீரிஸ்

எண்?

126 62 88 931

சத்யமூர்த்திக்குச் சற்று நேரம் வெலவெலத்து விட்டது. அஞ்சு லட்சத்துக்கு உரிய சீட்டு. எதிரே அழுக்காக நிற்கிறான். வீதியில் போக்குவரத்தில் சற்று குழப்பம் ஏற்பட்டு ஒரு சைக்கிள் ரிக்ஷாக்காரனும் சைக்கிளும் மெதுவாக மோதி ஒருவரை ஒருவர் திட்டிக் கொள்ள, சண்டையில் அந்த ஆசாமி கவனமாக இருந்தார்.

சத்யமூர்த்தி சட்டென்று ஒரு பாவகாரியம் செய்தான். அந்த டிக்கெட்டைத் தன் பையில் போட்டுக் கொண்டு தன் சீட்டை வெளியே எடுத்தான்.

'இந்தாங்க சீட்டு. கடை திறந்ததும் காமிங்க. அவரு பேப்பரைப் பார்த்துச் சொல்லிடுவாரு? வந்துடுவாரு. கொஞ்சம் நேரம் காத்திருந்தா வந்துடுவாரு! விழுந்திருக்கா பாருங்க! நான் வரேன்.'

அவசரம், படபடப்பு எதுவும் வெளிப்படையாகக் காட்டாமல் மெதுவாக அந்த இடத்தை விட்டு விலகினான். அந்த ஆசாமி மாற்று டிக்கெட்டை ஜாக்கிரதையாகத் தன் அழுக்கு நோட்டுக்குள் வைத்து இடுப்பில் செருகிக் கொள்ள, சத்யமூர்த்திக்கு உடம்பு பூரா வியர்த்து விட்டது. பாவமாக இருந்தது. மெல்ல... மெல்ல நட! சந்தேகமே கூடாது. மெல்ல...

அஞ்சு லட்சம்! ஓ மை ஸ்வீட் காட்! நம்ப முடியவில்லை. ஃபைவ் லாக்ஸ். ரூமுக்குத் திரும்பியதும் பைக்குள் தொட்டுப் பார்த்துக் கொண்டான். இருக்கிறது. கடவுளே, என்ன வினோதம். என்னைச் சோதிக்கிறாரா... கடவுள் அந்த ஆள் வடிவத்தில் வந்து வெற்ற பெற்ற டிக்கெட்டைக் கொடுத்து சபலத்துக்கு உட்படுகிறேனா என்று சோதிக்க, நான் வலையில் விழுந்து விட்டேனா? சே! கடவுள் எல்லாம் திரேதா யுகத்தோடு சரி. அதெல்லாம் இப்போது திருநீலகண்டர் மாதிரி சினிமா வில்தான் நடக்கும். இருந்தாலும்... என்ன இருந்தாலும்?

சத்யமூர்த்தி, நீ செய்தது பாவமில்லையா?

எந்த விதத்தில் பாவம்? எப்படிப் பாவம்?

அதிர்ஷ்ட தேவதை தேர்ந்தெடுத்தது அவனையல்லவா?

ஸோ வாட்!

நியாயமாக அவனுக்குக் கிடைக்க வேண்டிய சொத்தை அபகரித்து விடவில்லையா? அவனுடைய எழுத்தறியாத ஏழ்மையைப் பயன்படுத்திக் கொண்டு! தப்பு இல்லையா ராஜா... என்று செல்லக் குரலில் மனசுக்குள் கேட்டது.

தப்பு எப்படி? நான் என்ன யாரையாவது துன்புறுத்தினேனா, திட்டினேனா, இதனால் யாருக்காவது ஒரு மனிதனுக்கு ஒருத்த னுக்குத் துன்பம் வந்ததா, வலி வந்ததா சொல்ல? இரத்தம் கசிந்ததா சொல்லு? அதிர்ஷ்ட தேவதை என்கிறாயே, அதிர்ஷ்ட தேவதை என்னையும்தான் தேர்ந்தெடுத்து அனுப்பி இருக்கிறது. அதிகாலை என்னை எழுப்பி, என் கையில் அதே சீரிஸில் மாற்று டிக்கெட் இருந்து நான் சின்னி கிருஷ்ணன் கடைக்குப் போய் அதே சமயம் படிக்கத் தெரியாத அவன் அங்கே வந்து... அவனாகத்தானே டிக்கெட்டை என்னிடம் காட்டினான்? அப்புறம் அந்த இடத்தில் அந்தச் சின்ன விபத்து ஏன் நிகழ வேண்டும்? எனக்கு டிக்கெட் மாற்ற அவகாசம் கொடுக்கத்தானே? அதிர்ஷ்ட தேவதை என்னைத்தான் தேர்ந்தெடுத்து அழைத்திருக்கிறாள். இதில் தப்பு எதுவும் இல்லை.

வீட்டுக்கு வந்தபோது சத்யமூர்த்தியின் மனசுக்குள் சுத்தமாகவே உணர்ந்தான். அந்தக் குரல் நின்று போயிருந்தது.

'லட்சுமி, மாலா! எழுந்திருங்கடி ராட்சசிகளா!'

'என்னங்க, என்ன ஆய்டுத்து உங்களுக்கு?'

'அலறாதே! அக்கம் பக்கத்தில் கேட்டுடப் போறது. இப்படி வா. கிட்ட வா! உன்கிட்ட ஒண்ணு காட்டணும்!'

இந்தக் கதையின் இறுதிப் பகுதிக்கு வந்து விட்டோம். நம் சமுதாய நியதிகளின்படி சத்யமூர்த்தி செய்வது தப்பு என்றுதான் தோன்றுகிறது. சிறுகதையில் இதற்குச் சுலபமாக சத்ய மூர்த்திக்குத் தண்டனை கொடுத்து விடலாம். யாராவது கண்டு பிடித்துச் சொன்னால் ஐ.பி.ஸி.யில் இதற்குப் பரிகாரம் இருக் கிறது. அந்த ஏழைக்கும் படிக்கத் தெரியாத காரணத்திற்கு இவ்வளவு பெரிய இழப்பு வேண்டாம். கதைகளில் இதையெல் லாம் நிவர்த்தி செய்து விடலாம். சத்யமூர்த்தி மாரடைப்பால் இறந்து போய் விடலாம். அல்லது அந்த லாட்டரி டிக்கெட் போலி என்று சொல்லி விடலாம். அல்லது பணத்திற்குரிய செக்கை வாங்கித் திரும்புகையில் எலக்ட்ரிக் ரயிலில் அல்லது டாக்ஸியில் பாலம் கடக்கும் போது காற்றடித்து செக் பறந்து போய் ஆழமான ஜலத்தில் விழுந்தது என்று சொல்வதற்குச் சௌகரியமான இடங்கள் சென்னையின் உள்ளன.

இப்படி எல்லாம் ஒன்றும் நிகழவில்லை. நிஜ வாழ்க்கையில் காரண காரியங்கள் அவ்வளவு சுலபமாக அமைவதில்லை. சத்யமூர்த்தி முறைப்படி ரிஜிஸ்தர் தபாலில் லெட்டர் எழுதி ஒரு நல்ல நேரமாகப் பார்த்து டைரக்டர் ஆஃப் ஸ்டேட் லாட்டரியின் காரியாலயத்துக்குச் சென்று அவன் டிக்கெட் சரி பார்க்கப்பட்டு வருமான வரி கழித்ததுபோக, நாலு லட்சத்துச் சொச்ச ரூபாய்க்கு அவன் பெயரில் இந்தியன் பாங்க் செக் ஒன்று அளிக்கப்பட்டது. 'தினந்தந்தி'காரர்கள் போட்டோ பிடித்தார்கள் (அந்த போட்டோவைப் பார்த்து அந்த ஆசாமி வந்து சண்டை பிடித்தான் என்றெல்லாம் கற்பனை வேண்டாம்).

சத்யமூர்த்திக்கு முழுத் தொகையும் கிடைத்தது.

ஏறக்குறைய அஞ்சு லட்சம்! இந்த லட்சங்கள் கிடைத்த பிறபாடு சத்யமூர்த்திக்கு ஏற்பட்ட சில அனுபவங்களைச் சொல்வ தென்றால் ஆனந்தன் அவர்கள் வீட்டுக்கு அடிக்கடி வர ஆரம் பித்தது, மாலா சினிமாவில் சேர ஆசைப்பட்டு, ஒரு பார்த்தசாரதி யின் சில கடிதங்களுக்கு அவள் பதில் எழுத ஆரம்பித்தது, சத்யமூர்த்திக்குச் சில புதிய சினேகிதர்கள் ஏற்பட்டு தன்னுடைய

'பிசாத்து' வேலையை விட்டு விட்டு, முழுவதும் தானே முதல் போட்டு தனக்கு முற்றிலும் பரிச்சயமில்லாத ஒரு பிளாஸ்டிக் மோல்டிங் மிஷின் வாங்க யோசித்து அட்வான்ஸ் கொடுத்து மிஷின் வராமல் அஹமதாபாதில் போய்ப் பார்த்தால்-

சரியாக ஒரு வருஷத்தில் மனைவி, மகள், பணம் எல்லாம்...

அது வேறு கதை.

4

தேனிலவு

கார் அனாயாசமாக மலை ஏறிக் கொண்டிருந்தது. நெட்டையான நாகலிங்க மரங்களின் உடம்பெல்லாம் பூத்திருந்தது. காற்றுடன் நீலகிரித் தைல வாசனை கலந்திருந்தது.

போலீஸ்காரர்கள் கருப்பாகக் கோட்டு அணிந்திருந்தார்கள்.

தொப்பி வைத்துக் வேண்டும். மைசூர்த் தனத்துடன் சிற்சிலர் கூடைகளில் சிவப்பு சிவப்பாகப் பழம் விற்றார்கள்.

சோபனாவுக்கு நிறுத்தி வாங்க வேண்டும் போலிருந்தது. நிறுத்தி பூப்பறிக்க வேண்டும் போலிருந்தது. அந்தத் துல்லியமான காற்றை நெஞ்சு பூரா நிரப்பிக் கொள்ள வேண்டும் போலிருந்தது. காருக்குள் ரவி-சோபனா என்று ஸ்டிக்கர் ஒட்டியிருந்தது.

ரவி ஒரு கையால் கார் ஓட்டிக் கொண்டிருந்தான். மற்றொரு கை அதை விலக்கி 'ஏதாவது பாட்டுப் போடுங்களேன்' என்றாள் சோபனா. அவன் காருக்குள் இருந்த காஸெட் ரிகார்டரைத் தட்ட கீச்சுக் குரல் ஒலித்தது.

'அட அபிஷ்ட்டு நோக்கும்
நேக்குமா கல்யாணம் நீ ஒரு அம்மாஞ்சி
ஆத்திலே இருக்கா கண்ணாடி
பாத்துக்க உம் மூஞ்சி!'

'எப்படி பாட்டு' என்று ரவி சிரித்தான்.

'வேற இல்லியா?'

'சிரி சிரி மாமா, இருக்கு' என்றான் ரவி.

'சம்சா! சம்சா! சம்சா!' என்றது டேப்.

'பெரிசா வெக்கட்டுமா?'

'நிறுத்திடுங்கள்.'

'புடிக்கலியா? உனக்கு சினிமா பாட்டு யார்து புடிக்கும். ஜானகியா? ஈஸ்வரியா? சுசீலாவா?'

'ஜோன் பேயஸ் இருக்கா?'

'அது யாரு? ஊட்டில கிடைக்கும்னா வாங்கிடலாம்.'

சோபனா வெளியே பார்த்தாள். மலைச் சரிவு குளிருக்குப் பச்சைப் போர்வை போர்த்தியிருந்தது ராபர்ட் ஃப்ராஸ்டின் கவிதை ஞாபகம் வந்தது.

சோபனாவுக்கு மலைப்பாக இருந்தது. இரண்டு தினங்களில் எத்தனை புதுசான சமாச்சாரங்கள், எத்தனை புதிய முகங்கள், உறவுகள்... ரவியின் இடக்கை மறுபடி அவளை நாடியது. அதை எடுத்து ஸ்டியரிங் சக்கரத்தின் மேல் வைத்து 'ரெண்டு கையாலயும் ஓட்டுங்க' என்றாள்.

'நான் என்வி சாபப்டுவேன்! ஸ்மோக் பண்ணுவேன்! தெரியுமில்லை' என்றான் ரவி.

'தெரியும். சொன்னீங்களே!'

'ஆரம்பத்திலேயே இதை எல்லாம் சொல்லிடணும் பாரு! உனக்கு ஆட்சேபணை இல்லையே!'

'இல்லை!'

முட்டையைப் பார்த்தாலே குமட்டும் சோபனாவுக்கு.

'யூரோப் போனபோது கத்துக்கிட்டேன். அங்கெல்லாம் நான்வெஜ் இல்லாம உயிர் வாழ முடியாது!'

'எத்தனை நாள் போயிருந்தீங்க?'

'ஒரு வாரம்!'

'நாம ஃபாரின் போகலாமா சோபனா?'

'ம்.'

'எங்கே போகணும் சொல்லு! கம்பெனில எக்ஸ்போர்ட் பண்ற தால எந்த கண்ட்ரி வேணும்னாலும் போகலாம்!'

'சரி! யோசிச்சு சொல்றேன்!'

மலை ஏறி கொஞ்சம் இறங்கி சரிந்து வளைந்து சென்ற பாதையில் உயர்ந்து தனியாக தெரிந்தது அந்த ஹோட்டல்.

'ஏஸி ரூம் இல்லிங்களா?'

'ஊட்டில ஏஸி ரூம் எதுக்குங்க. ஊரே ஏஸிதானே!'

'சரி. இருக்கிறதுக்குள்ளேயே டீலக்ஸ் பார்த்துக் கொடுங்க. ரெண்டு பேப்பர் ரோஸ்ட் அனுப்பிடுங்க!'

'டிபன் செக்ஷன் ஆரம்பிக்கிறதுக்கு மூணரை ஆயிடுங்க!'

அலுத்துக் கொண்டான். 'க்ளார்க்ஸ் போயிரலாமா சோபனா?'

'இங்கே பரவாயில்லை' என்றாள்.

'உனக்காகப் போனாப் போறதுன்னு இந்த ஹோட்டல்ல இருக்கலாம்!'

அறைக்குள் புதிய பெயிண்ட் வாசனை அடித்தது. கீழே கயிற்றுப் பாய் விரித்து சுவர்களில் மர யானை முகங்கள் கோட் ஸ்டாண்டுகளாக நின்றன. ஒரு மஹா மஹா படுக்கை காத்திருந்தது. அதில் படுத்துக் கொண்டு ரவி, 'வா சோபனா' என்றான். சோபனா ஜன்னல் கதவைத் திறந்து வெளியே பார்த்தாள்.

'ரவி இங்க பாருங்க! ப்யூட்டிஃபுல்!'

'வா சோபனா!'

'ரவி, இங்கேருந்து கீழே பெரிய குதிரைப் பந்தய மைதானம் தெரியுது. குதிரையெல்லாம் சுத்திச் சுத்தி வந்து நடை பழகுது. ஊர் பூராத் தெரியது. அங்கங்கே அட்டைப் பெட்டி சொருகிச் சொருகி வெச்சாப்பல.... வீடுகள்.'

'அட்டைப் பெட்டி கிடக்கட்டும் சோபனா. இப்ப வர்றியா இல்லியா நீ?'

'ஏரிக்குப் போகலாம் ரவி!'

'க்ளிக்!'

ஆஸாஹி பென்டாக்ஸ் அவளை நோக்கிக் கண் சிமிட்டியது. விசைப் படகில் ஏரியில் அவளை அவன் அணைத்துக் கொண்டிருக்க எதிரே படகுக்காரன் எடுத்த 'க்ளிக்' - 'ஆட்டோவைப் போட்டுட்டா போதும். யார் வேணா எடுக்கலாம். நாலாயிரம் ரூபா. லென்ஸே நாலாயிரம் ஆச்சு!' ரவி அதை வாங்கிக் கொண்டு அதன் கழுத்தைப் பல கோணங்களில் திருகி, சோபனாவை வரிசையாக் க்ளிக் க்ளிக் க்ளிக் என்று தட்டிக் கொண்டிருந்தான்.

'வீட்டில ஒரு போலராய்ட் இருக்கு. ஃபிலிம் ஆப் படலை!'

சோபனா தன் விரல்களால் நீரைத் தொட்டுப் பார்த்தாள். சில்லென்று எதிர்பாராத குளிர்ச்சி.

'கொஞ்சம் பெரிய எடம் போலிருக்கே! நமக்குச் சரிப்பட்டு வருமா?'

'பையன் பொண்ணைப் பார்த்துப் புடிச்சுப் போய் அவனே கேக்கறான். ரொம்ப பணக்காராடி அவா?'

'நம்ம சோபனாவுக்கு அடிச்ச அதிர்ஷ்டத்தைப் பார்த்திங்களா! இருந்தாலும் அவளை ஒரு வார்த்தை கேட்டுர்றது நல்ல தில்லையா?'

'பால் பாயசம் சாப்பிடறதுக்கு சம்மதம் கேக்கணுமா என்ன? என்னடி சோபனா?'

'..................'

'எப்பவாவது அவ வாயைத் திறந்து பதில் சொல்லியிருக்காளா?'

'அவங்க வீட்டிலே மூணு கார் இருக்குக்கா!'

'க்ளிக். ஏ.எஸ்.ஏ. நம்பர் ஸெட் பண்ணிட்டாப் போதும். பாக்கி எல்லாத்தையும் காமிராவே பாத்துக்கும். உள்ளுக்குள்ள எல்லாமே எலக்ட்ரிக் வேலை... இதை ரிப்பேர் பண்றதுக்கு ஜப்பான்லதான் முடியும்!'

'ரூமுக்குப் போகலாமா சோபனா?'

‘இல்லை. பொட்டானிக்கல் கார்டன்ஸ் போகலாம்.’

புல்வெளியில் புரள வேண்டும் போல இருந்தது. சரிவில் சின்னக் குழந்தை போல உருள வேண்டும் போல இருந்தது.

ஒரே மாதிரி உடை அணிந்து ஏறக்குறைய ஒரே வயசுள்ள குழந்தைகள் வரிசையாக உட்கார்ந்திருக்க அவர்கள் வரிசையில் தானும் உட்கார்ந்து பிஸ்கட்டோ ஏதோ சாப்பிட வேண்டும் போல இருந்தது.

‘ரூமுக்குப் போகலாமா சோபனா?’

‘இப்பவேயா?’

‘ஆரம்பிச்சதை முடிச்சுட வேண்டாம்?’

‘இந்தப் பூக்கள் எல்லாம் எவ்வளவு நல்லா இருக்கு?’

‘நிக்கறயா ஒரு க்ளிக் எடுத்துடறேன்.’

‘கொஞ்ச நேரம் நடக்கலாமே!’

‘உன் இஷ்டம். நீ சொன்னா சரி’ என்று கடிகாரத்தைப் பார்த்தான்.

சரியாக ஒரு நிமிஷம் நடந்ததும் ‘நடந்தது போதுமா’ என்றான். ‘எங்கே போகலாம்?’

‘காருக்குப் போய் காஸெட் போட்டுக் கேக்கலாம். அப்புறம் ரூம்ல போய் டிபன் சாப்பிட்டுட்டு ராத்திரி ஃபிலிம் போகலாம்.’

‘லட்சுமி ஓடுது. நான் இன்னும் பார்க்கலை. நீ பாத்தியோ?’

‘என்ன?’

‘லட்சுமி, ஒரு குரங்கு டாப்ஸா ஆக்ட் பண்ணியிருக்காம்!’

‘அப்படியா?’

‘ஒரு ஸாங் நல்லா இருக்குன்னு எழுதியிருந்தான்.’

‘அப்படியா? ரவி இங்க கொஞ்ச நேரம் உட்காரலாமே.’

‘உக்காந்து போட்டோ எடுக்கலாமா?’

‘இல்லை. படிக்கலாம்.’

பைக்குள்ளிருந்து அவள் கலில் கிப்ரானின் A Jear and a Smile என்கிற புத்தகத்தை எடுத்தாள். அவன் ஒரு வாரப் பத்திரிகையை எடுத்து சிகரெட் பற்ற வைத்துக் கொண்டான்.

I freed myself yesterday from the clamor of the city and walked in the quiet fields until I gained the heights which nature had clothed in her choicest garments.

'இதோ இப்படித்தான்' என்று இளவரசன் தன் கூர்வாளை உறை யிலிருந்து உருவி சிறைக் கூடத்தின் தரைப் பாகத்தில் சில இடங் களை வாள் முனையால் தட்டிப் பார்த்தான்...

'மனசுக்குள்ள படிங்க!'

'இந்தத் தொடர்கதை படிக்கிறியோ? டாப்பா இருக்குது.'

'இல்லை.'

'ரஜினி மறுபடி நடிக்க வந்துட்டான் தெரியுமா?'

'அப்படியா?'

Sleep then, my child for your father looks down upon us from eternal pastures.

'தீர சாகசம் புரிந்த வீர இளைஞனே வருக!...'

'ரெண்டு ஜாதகமும் என்னமாப் பொருந்தியிருக்குங்கறேள்!'

'சோபனா வாயேன். ரூமுக்குப் போயிரலாம். எத்தனை நேரம் பூவையே பாத்துக்கிட்டு... புஸ்தகம் படிச்சுக்கிட்டு... ரூமுக்கு ஒரு நாளைக்கு நூறு ரூபா கொடுத்துட்டு... கொஞ்ச நேரமாவது இருக்கலாமே!'

அறையில் கண்ணாடியில் தன்னைப் பார்த்துக் கொண்டான் ரவி.

'என் மீசை உனக்குப் பிடிச்சிருக்கா?'

'ம்.'

'ஸ்டெப் கட்டு?'

'ம்.'

'இதுக்குன்னே ஸலூன்ல அஞ்சு ரூபா வாங்கறான்.'

'அப்படியா?'

ரவி தன் உடம்பெல்லாம் பர்ப்யூம் அடித்துக் கொண்டான்.

'புடிச்சிருக்கில்ல!'

'ம்.'

'இந்தா இதை மாத்திக்கிட்டு வந்துரு! பாரிஸ்ல வாங்கினது இது. போ வெக்கப்படாதே! கட்டின புருஷன்கிட்ட என்ன வெக்கம்!'

சோபனா பாத்ரூம் பக்கம் சென்றாள்.

ரவி தன் சட்டையைக் கழற்றினான்.

'சோபனா! சொர்க்கம்னா இதுதான் இல்லையா? இந்த மாதிரி க்ளைமேட்டு! இந்த மாதிரி ரூம்! இந்த மாதிரி மனைவி! சோபனா 'நினைத்தாலே இனிக்கும்' கேட்டிருக்கியா?'

'சோபனா.'

'சோபனா.'

ரவி சற்று கவலைப்பட்டு பாத்ரூம் கதவைத் தட்டினான்.

கதவு திறந்து கொண்டது.

சோபனா தரையில் உட்கார்ந்து கொண்டு விசித்து விசித்து விசித்து அழுது கொண்டிருந்தாள்.

மலை வாசஸ்தலமான உதக மண்டலத்திற்கு கல்யாண ஸீஸனின் போது தினம் நூறு ஜோடிகள் தேனிலவுக்காக வருகிறார்கள்.

அரங்கேற்றம்

நந்தினிக்கு இன்று அரங்கேற்றம். எட்டு வருஷமாக அடையார் போய் சுற்றி வந்து சொல்லிக் கொண்ட விஷயங்களுக்கெல்லாம், முக பாவங்களுக்கெல்லாம், கண் உருட்டல்களுக்கெல்லாம், அடவுகளுக்கெல்லாம் இன்றைக்குக் கடைசிப் பரீட்சை.

கடைசி என்று நந்தினிதான் நினைத்துக் கொண்டிருக்கிறாள். அம்மாவுக்கு அப்படியில்லை. இப்போதே மானசீக பத்திரிகை விமர்சனங்களில் "Miss Nandini's thillana in Nattakurinji was Superb. குமாரி நந்தினியின் 'தாயே யெசோதா'வில் கிளி கொஞ்சியது. என்ன பாவம்! என்ன ஜதி! என்ன இனிமை போங்கள்!' என்றெல்லாம் புகழை எதிபார்க்கிறாள்.

அடுத்த வருஷம் இலண்டன் தமிழ்ச் சங்கத்தின் ஆதரவில் குமாரி நந்தினியின் ஐரோப்பிய கலாச்சார சுற்றுப் பயணத்தையும் எதிர்பார்க்கிறாள்.

அம்மாவுக்குத்தான் அவ்வளவு பூரிப்பு. அப்பாவைப் பொறுத்த வரையிலும் இந்த அரங்கேற்றம் என்பது ஒரு பணச் செலவு. மொத்தம் எத்தனை என்பதுதான் அவருக்கு முக்கியம். யார் யாரோ பாகவதர்களும் பண்டிதர்களும் வீட்டிற்குள் நுழைந்து அட்டகாசம் செய்கிறார்கள். வெள்ளி டம்ளரில் காப்பி சாப்பிடு கிறார்கள். டேப் ரிகார்டரில் 'தாதை' என்று சப்தம் கேட்கிறது. சலங்கை சப்தம் கேட்கிறது. இப்படி ஒரு பாமரத்தனமான அபிப்பிராயம்தான் இருந்தது அவருக்கு!

அவருக்குப் பிஸினஸ், மோட்டார் உதிரி பாகங்களில்! அவர் பார்த்த நாட்டியங்கள் எல்லாம் வெளிநாட்டில் இருட்டான ரெஸ்டாரண்டுகளில்.

வானத்தில் ஒரு மௌனத் தாரகை ✵ 57

நந்தினி? அவளுக்குப் பரத நாட்டியம் பிடிக்கவில்லை. அம்மா தான் 'ஆடு, ஆடு' என்று பிய்த்துப் பிடுங்குகிறாள். அம்மாவுக்கு தான் ஆடாத நாட்டியம் எல்லாம் மகள் ஆட வேண்டும் என்பது.

நந்தினிக்கு இந்த ஆட்டமே ஸில்லியாகப் பட்டது. ஏதோ முற் காலத்து ஜனங்களில் கோயில் தாசி, அது, இது என்கிற சூழ்நிலை யில் பரத நாட்டியத்தின் இரொடிஸத்திற்குத் தேவையாக இருந்தது. இப்போது அதற்கு அர்த்தமே இல்லை எனப் பட்டது. பெண்ணை அடிமையாக்கும் பற்பல உத்திகளில் இந்த நாட்டியமும் ஒன்று என்று நினைத்தாள். இருந்தும் அம்மாவின் நிழலில், அம்மாவின் பரிபூரண ஆதிக்கத்தில் வளர்ந்தவள், வளர்கின்றவள் நந்தினி.

'நந்தினி நகத்தைக் கடிக்காதே!'

'சரிம்மா!'

'நந்தினி பட்டனை போட்டுக்கோ!'

'சரிம்மா!'

'நந்தினி உள்ளே போ!'

'சரிம்மா!'

'நந்தினி பாடிஸ் போடாம வெறுமே சட்டை போட்டுக்கா தேன்னு எத்தனை தடவை சொல்றது? போய் நேராகக் கண்ணாடியிலே பார்த்துக்கோ.'

'சரிமா.'

சாயங்காலம் டிரைவர் செல்வராஜ் துணையில்லாமல் தனியாகக் காரை எடுத்துச் செல்லக் கூடாது. தனியாக சினிமா போகக் கூடாது. ராத்திரி ஷோ அப்பா கூப்பிட்டால்கூட போகக்கூடாது.

கட்டுப்பாடுகள்... இது மட்டுமா நந்தினிக்கு? டியூஷன்கள்! அதிகாலை எழுந்தவுடன் பாட்டு வாத்தியார் இரண்டு வருஷ மாகச் சொல்லிக் கொடுத்து கொண்டிருக்கிறார். 'மாய மாளவ கௌள'வை இன்னும் தாண்டவில்லை. அவர் வந்து செம்பு நிறைய காபி குடித்து விட்டு வெற்றிலை பாக்குப் போட்டு மொட்டை மாடியில் துப்பி விட்டு சைக்கிளில் புறப்பட்டு, பை

நிறைய எலுமிச்சம் பழங்களுடன் வீட்டுக்குப் போன கையோடு டிராயிங் மாஸ்டர் வருவார்.

ஜிப்பா வைத்துக் கொண்டு சமீபத்தில் பிடித்த மட்ட சிகரெட் வாசனை அவரைச் சுற்றிப் பரவியிருக்க, ஒரு வருஷமாக பந்து, பட்டகம், சதுரம் போடுவதே சொல்லிக் கொடுத்துக் கொண்டிருக்கிறார். இரண்டு பேரும் சென்றதும் அவசர அவசரமாக காலேஜுக்குக் கிளம்ப வேண்டும்.

எல்லாப் பெண்களையும் போல பஸ்ஸில் அல்ல, காரில்!

எல்லாப் பெண்களையும் போல சட்டை, பாண்ட், ஜீன்ஸ் அணிய முடியாது... பாவாடை, தாவணிதான். அதுவும் வெயில் காலத்தில் பட்டுப் பாவாடை, நைலக்ஸ் தாவணி, கழுத்து வரை பட்டன் வைத்த ப்ளவுஸ். காலேஜில் அவளுக்குப் பெயர் கமலாம்பாள்; அழுகை வரும்.

மற்றப் பெண்கள் கான்டீனில் வாங்கித் தின்னும்போது இவளுக்கு வீட்டில் இருந்து உயரமான டிபன் பாக்ஸில் வரும். டிரைவர் செல்வராஜ் கொண்டு வந்து கொடுப்பான்.

சாயங்காலம் கார் வந்து அழைத்துச் சென்று அடையார் போய், நட்டுவனார் வீட்டில் 'தம்-தித்தாம்-தை-தத்தை...'

இருட்டினப்புறம் வீட்டுக்கு வந்தால் புதனும், சனியும் 'பாட்டிக்' வகுப்பு... திங்கள், வெள்ளி யோகாசனம். மற்ற தினங்களில் டேப் ரிக்கார்டரில் சொல்லுக்கட்டு ஒலிக்க, நடனம். நந்தினிக்கு அடிக்கடி 'மாமியார் வீட்டுக்குப் போகும் குரங்கு' ஞாபகம் வரும். இருந்தும் ஒரு விதத்தில் நந்தினி அவள் அம்மாவைப் போல் அந்த அரங்கேற்றத்தை ஆவலுடன் எதிர்பார்த்துக் கொண்டிருந்தாள்.

நேற்று முன் தினத்திலிருந்தே 'செக்ரட்ரி' ஏற்பாடுகளை எல்லாம் செய்ய ஆரம்பித்துவிட்டார். அச்சகத்தில் இருந்து ஆயிரம் அழைப்பிதழ்கள் வந்தன. ஆயிரத்திலும் தங்க எழுத்துக்கள் 'நந்தினி நந்தினி நந்தினி' என்றன... நேற்று தையல்காரன் வீட்டிலேயே 'டேரா' போட்டு இருந்தான். சிவப்பில், பட்டில், சரிகையில், உட்கார்ந்தால் விசிறியாகும் புடவைகளுக்குத் தங்கத் தில் கரை வைத்தான். ஏராளமாக ரவிக்கை வைத்தான்.

இன்று நகைகள் 'லாக்கரில்' இருந்து வந்து சேர்ந்தன. நெற்றியி லிருந்து கால் வரை தங்கம், பவளம், வைரம், முத்து சலங்கைகள்

வந்தன. ஒவ்வொரு தடவையும் கால்கள் இடம் மாறும்போது பேசின. செக்ரட்ரி வந்தார்.

'எல்லாம் தயார்ம்மா... ஓரியண்டல் டான்ஸ் ஆரம்பிக்கறதுக்கு முன்னாடி இன்டர்வல் விட்டுறலாம். ஒரு மைசூர் பாக், காராசேவை, நெஸ்கஃபே போறாதா? அப்புறம் குச்சுப்புடி, கடைசி அயிட்டம் ஆரம்பத்திலேயே கமிஷனரைக் கூப்பிட்டுப் பேச வெச்சுடலாம்!'

'மினிஸ்டர் வரலையா ராஜாராமன்?'

'மினிஸ்டர் டூர்லே இருக்கார். டெலிபோன்ல பேசினேன். வரதுக்கு முயற்சி பண்றேன்னார். கடைசி நிமிசத்திலே வந்தாலும் வருவார். டைரக்டர் கே.பி. கூட டிரை பண்றேன்னுருக்கான்.'

'பத்திரிகைகள்?'

'அத்தனை பேரும் வரா! ப்ரஸ்ஸுக்கு. முன்னே ரெண்டு ரோ. அவா போட்டோ கிராபர்ஸ். அதுக்கப்புறம் நம்ம போட்டோ கிராபர் ரெண்டு பேர்! எல்லாரும் வரா! மாமாதான் வரணம். அவர்தான் சமயத்திலே 'டிமிக்கி' எடுத்திடுவார்.'

'அவர் இன்னிக்கு வராமப் போயிடுவாரா? எவ்வளவு முக்கிய மான தினம்?'

'இண்டஸ்டிரி மினிஸ்டர் வரார்னு சொல்லியிருக்கேன். எங்கே யிருந்தாலும் வந்திடுவார்!'

'பொய்யெல்லாம் சொல்ல வேண்டாம். ஏன்யா! அவருக்கும் தன் பெண் பரத நாட்டியம் அரங்கேற்றம் பார்க்கணும்னு ஆசையா இருக்காதா?'

கீழே வீடு அமர்க்களப்பட்டுக் கொண்டிருக்க மாடியில் நந்தினி காலை நீட்டிக் கொண்டு ஒரு 'அட்டை போட்ட' புத்தகம் படித்துக் கொண்டிருந்தாள். 'Fear of flying?'

'என்னடி'து புஸ்தகம் படிச்சுண்டிருக்கே? சாயங்காலம் அரங் கேற்றம்! தெரியுமோல்லியோ?'

'அம்மா இன்னும் எட்டு மணி நேரம் இருக்கும்மா?'

'எட்டு மணி நேரம் எப்படிப் போறும்! அலங்காரம் பண்ணிக்க வேண்டாமா?'

'எட்டு மணி நேரமா?'

'கையில் மருதாணி இட்டுக்கணும். காலெல்லாம் பூசி அது காயறதுக்கே நெறைய நேரமாகுமே! 'ஸின்தெட்டிக்' மருதாணி... அப்புறம் நகத்துக்கு எல்லாம் பாலீஷ் போட்டுக்கோ. மூக்குல ஈர்க்குச்சி போட்டு ஓட்டையைப் பெரிசு பண்ணிக்கோ... எத்தனை வேல இருக்கு. என்ன புஸ்தகம் பாழாப் போற புஸ்தகம்?'

'காலேஜ் புஸ்தகம்மா. அம்மா எனக்கு பயம்மா இருக்கும்மா!'

'என்னடி பயம்?'

'அத்தனை பேருக்கு முன்னால் ஆடணமேம்மா!'

'இத பார் நந்தினி! நீ அவா எதிர்ல இருக்கறதாவே நெனைச்சக் காதே. தனியா நடராஜர் சன்னதியிலே ஆடறாப்பல நெனைச்சுக்க.'

'அந்தத் தட்டு டான்ஸ் வேண்டாம்மா.'

'சேச்சே! அதான் முக்கியம்! என்ன நன்னாச் செய்யற நீ அதை! அதுக்குத்தான் பாரேன் ஹாலே கை தட்டப் போறது. இதோ பார் நந்தினி! மொத்தம் ஆறே அயிட்டம். அதிகப்படியா ஒண்ணரை ஒண்ணே முக்கால் மணி நேரம் ஆகும். நாளைக்குப் பாரேன் பேப்பர்லே உன் படமும் நியூசும் வரப் போறது. எவ்வளவு பூரிப்பா இருக்கும் தெரியுமா? எனக்கு எவ்வளவு ஆனந்தம்!'

'ம் ம் ம்...!' என்று குழந்தை போல கொஞ்சினாள்.

'வயசு கிடா மாடு மாதிரி ஆறது. உன் வயசில எனக்கு நீ பொறந் துட்டே!'

'நீயே ஆடிடேம்மா?'

அம்மா பெருமூச்சு விட்டாள். 'நான் ஆடுவேண்டி! எனக்கு ஆடணும்னுதான் ஆசை! ஆனா ஆடவேண்டிய வயசா? அப்ப எனக்கு கல்யாணம் பண்ணிக் கொடுத்தா! புஷ்பவதியான உடனேயே கர்ப்பவதியா ஆக்கிட்டார் உங்கப்பா. அதுக்கப்புறம் வீட்டுக்குள்ளேயே உட்கார்த்தி வெச்சிருந்தார்! எனக்கு எவ்வளவு ஆசை தெரிமோ? பிடில் வாத்தியம் கத்துக்கணம், வீணை வாசிக்கணம், நாட்டியம் ஆடணம். அப்பல்லாம் சீரங்கத்திலே நாச்சியாரம்மா இருந்தா; ரொம்ப நன்னா சொல்லிக் கொடுப்பா! பக்கத்து வீட்டு தனலட்சுமி ஆடுவா. 'ஜல் ஜல்'னு

சப்தம் கேட்கும். ஆசையா இருக்கும். ஆனா உங்க பாட்டிக்கு நான் வீட்டு வாசலைத் தாண்டி வெளியே போகக் கூடாது. பவுடர் போட்டுக்கக் கூடாது. ஜன்னல் வழியே எட்டிப் பார்க்கக் கூடாது. அப்பா நான் பட்ட கஷ்டம்! என் ஆசையெல்லாம் உன் மூலம் தீர்த்துக்கறேன் நந்தினி. எனக்குக் கிடைத்த வாய்ப்பெல்லாம் உனக்குக் கிடைக்கட்டும்னு தான் இவ்வளவு பாடு படறேன்.'

'இதிலே என் இஷ்டம் ஒண்ணு இருக்கேம்மா?'

'உனக்கு இஷ்டமில்லியா? நீ சின்னவ. குழந்தை! உனக்கு என்ன இஷ்டம்னு எனக்குத் தெரியாதா? நான் உன்னைப் பெத்தவ இல்லியா? என் ரத்தம் இல்லியா நீ?'

அம்மா நந்தினியின் உள்ளங்கையில் சிவப்பு வட்டம் போட்டு, அதைச் சுற்றி பொட்டு பொட்டாக வட்டப் புள்ளியிட்டு விரல் களுக்குச் சிவப்பில் தொப்பி இட்டாள்! சாயங்காலத்து அலங் காரம் துவங்கியது.

ஏழு மணிக்கு ஆரம்பம். 6.45க்கு ஹால் ஏறக்குறைய காலியாக இருந்தது. இரண்டு மூன்று வரிசைகள் தள்ளி அப்பாவின் ஆபீஸ்காரர்கள் வரிசையாக உட்கார்ந்திருந்தார்கள். செக்ரட்ரி மிகவும் கவலையுடன் வாசலில் நின்று கொண்டிருந்தார். ஒரு மணி நேரமாக அலங்காரத்துடன் 'ஜிலு ஜிலு' என்று திரைக்குப் பின்னால் ஸ்டூல் போட்டு உட்கார்ந்து கொண்டிருந்தாள் நந்தினி. பக்கவாட்டில் வாத்தியக்காரர்கள் உட்கார்ந்திருந்தார்கள். மிருதங்கத்திற்கு மாவு போட்டுத் தேய்த்துக் கொண்டிருந்தனர். வயலின் கம்பிகள் முடுக்கப்பட்டன. கல்கண்டு போட்டுப் பால், பாடுவர்களுக்குக் காத்திருந்தது! அந்த அம்மாள் முஷ்டிக்குள் கொஞ்சம் இருமிக் கொண்டிருந்தாள்.

நந்தினியின் அம்மா அடிக்கடி திரையை லேசாகத் திறந்து பார்த்துக் கொண்டிருந்தாள்.

ஹால் பூரா எத்தனை நாற்காலிகள் காலி? டாண் என்று ஏழு மணிக்கு வந்து விடுவார்கள். இந்தப் பாழாய்ப் போன மனிதரை மட்டும் இன்னும் காணோம். சொந்த மகள், அவளுக்கு இப்பேர்ப்பட்ட நிகழ்ச்சி. வாழ்வில் ஒரே முறை நிகழும் அரங் கேற்றம். என்ன பாழாப் போன போர்டு மீட்டிங்? இன்றைக்கு ஒரு நாள் நேரத்தில் வரக் கூடாதா?

செக்ரட்ரி வந்தார்.

'என்னய்யா ஒருத்தரையும் காணோம்?'

'வருவா... வருவா...! 1200 இன்விடேஷன் போயிருக்கு! அதில் பாதிப் பேர் வந்தாலே ஹால் முக்கால்வாசி நிரம்பிடும்!'

அப்பா வந்து விட்டார். நேராக ஸ்டேஜிற்கு நடந்து நந்தினியிடம் சென்றார்.

'ஹலோ நந்தினி! ஹெள டு யூ ஃபீல்?'

நந்தினி சிரித்தாள்.

'ஏன் ஒரு மாதிரி இருக்கே?'

'ஒரு மாதிரியும் இல்லை! ஒண்ணுமில்லை! சரியாகத்தான் இருக்கா! நீங்க வேற அவளை நெர்வஸ் பண்ணாதீங்கோ.'

'ஸார்! நீங்க வாசல்ல போய் நில்லுங்கோ! கமிஷனர் வருவார்.'

நந்தினி உட்கார்ந்திருக்க முதுகுப் பக்கம் இன்னும் ஊசி நூல் போட்டு யாரோ தைத்துக் கொண்டிருந்தார்கள். நீளமாக ஜடை பின்னப்பட்டு அதன் முடிவில் கருஞ்குஞ்சங்கள் மூன்று தொங்கின. தலையில் ஒரு சந்திரப் பிரபை. நெற்றியில் சுட்டி, வைரத் தோடு, பதக்கம், சங்கிலி, கை நிறைய வளையல், வங்கி, நெளி, இடுப்பில் ஒட்டியாணம், சலங்கை.

'அப்பா...! என் கண்ணே பட்டுடும் போலிருக்குடி! இத பார் கண்ணாடியிலே பார்த்துக்கோ, எவ்வளவு அழகு!'

'உம்மிடியார் நகைக் கடை மாதிரி இருக்கேன்!'

'நந்தினியம்மா, வர்ணத்தை திஸ்ர நடையில் எடுத்துடலாமா?'

'எதால வேணா எடுங்க ஸார்.'

அவள் நடக்க நடக்க 'ஜல் ஜல்' என்ற சத்தம் நிழலாய் உடன் வந்தது.

வெளியே பிரமுகர்கள் மெதுவாக வந்து சேர்ந்து கொண்டிருந்தார்கள்.

அம்மா, 'நந்தினி தைரியமா இரு. நான் வாசலுக்குப் போறேன்' என்றாள்.

நந்தினி மெதுவாக ஓரத்தில் சென்று ஸ்டூல் மேல் உட்கார்ந்தாள். வாயிற்பக்கம் கார்கள் வந்து நின்றன. போலீஸ்காரர்கள் விசில் ஊத ஆரம்பித்தார்கள்.

நந்தினி தன் கையைப் பார்த்துக் கொண்டிருந்தாள். திரைக்கு முன் 'மைக்' நிற்க வைக்கப்பட்டது.

பிரமுகர்கள் நாற்காலிகளில் உட்கார்ந்தார்கள். ஒன்றிரண்டு 'பிளாஷ்'கள் பளிச்சிட்டன. பத்திரிகைக்காரர்கள் சோம்பேறித் தனமாக வாசலில் சிகரெட் பிடித்துக் கொண்டிருந்தார்கள்.

நந்தினி எழுந்தாள்.

கமிஷனர் மைக்கை ஒரு தட்டு தட்டிக் கொண்டார்.

'பரதநாட்டியம் என்பது ஒரு புராதனமான கலை. நான் சமீபத்தில் நாராயணமேனன் எழுதிய கட்டுரை ஒன்றைப் படித்துக் கொண்டிருந்தேன்...!'

நந்தினி 'ஜல் ஜல்' என்று நடந்தாள்.

'எங்கே போறீங்க?'

'பாத்ரூம்...! இன்னும் டைம் இருக்குல்ல....'

'...அதில் கர்நாடக சங்கீதத்திற்கு நாட்டிய சாஸ்திரத்திற்கும் உள்ள உறவுகள் பற்றி எழுதி இருக்கிறார் நாராயணமேனன்....'

நந்தினி பாத்ரூமில் தன் சலங்கையைக் கழற்றி வைத்தாள். சிறிய இடம் அது. ஆஸ்பெஸ்டாஸ் தடுப்பு. ஒரு தொற்றல் கதவு. வெளி யிலிருந்து ஒரு பிரவேசம், சுத்தம் செய்ய வருபவர்களுக்காக.

'...கலாச்சாரத்தில் நம் நாடு மிகவும் பணக்கார நாடு....'

அந்தக் கதவு அவள் எதிர்பார்த்தபடி திறந்திருந்தது. வெளியே செல்வராஜ் நின்று கொண்டிருந்தான்.

'...இன்று நம் பிரிஸிஷன் பார்ட்ஸ் பத்மநாபனின் குமாரத்தி நந்தினியின் நாட்டிய அரங்கேற்றத்துக்கு என்னைத் தலைமை தாங்க அழைத்ததற்கு நான்....'

இருட்டில் நந்தினி சந்தில் வெளிவந்தாள். செல்வராஜ் டிரைவர் சீட்டில் உட்கார நந்தினி அவன் அருகில் உட்கார்ந்தாள்.

கார் சீறிப் புறப்பட்டது.

'பரதநாட்டியம் நம் கலாச்சார உணர்வை வளர்ப்பது மட்டுமின்றி ஒரு நல்ல தேகப் பயிற்சியும் ஆகும்....'

கார் விரைந்தது.

நந்தினி செல்வராஜின் தோளில் தலை சாய்த்துக் கொண்டாள். எதிரே கண்ணாடியில் தொங்கிய பொம்மையின் கையை காலை ஆட்டி 'தாம் தித்தாம், தை தத்தை' என்றாள்.

கை தட்டல் ஒலி கேட்க திரை திறந்தது.

6

முயல்

கட்டிடம் ஊருக்கு வெளியே இருந்தது. கடைசி பஸ் ஸ்டாண்டில் இறங்கி ஏறக்குறைய இருபது நிமிடம் நடக்க வேண்டும். வித்யா கைக்கடிகாரத்தைப் பார்த்து சற்றே பயப் பட்டாள். பத்து பத்து. முதல் நாளே லேட்டாக வந்தால் அந்தக் கட்டிடத்திற்குள் எத்தகைய கோபம் காத்திருக்கப் போகிறதோ! வேலை கிடையாது என்று சொல்லி விட்டால்? எவ்வளவோ நாள் கஷ்டப்பட்டு அப்புறம் கிடைத்த ஒரே ஒரு வேலை பாழாய்ப் போன அம்மா! சீக்கிரம் எழுப்பினால் என்ன? பாழாய்ப் போன கார்ப்பரேஷன் தண்ணீர்! சீக்கிரம் வந்தால் என்ன? பாழாய்ப் போன பஸ்! நேரத்தில் வந்தால் என்ன?

துரத்த மாட்டார்கள். முதல் நாள் ஒரு சின்ன எச்சரிக்கை தருவார்கள். அவ்வளவுதான்... மெதுவாக நடந்தாள்.

வித்யா தன் புடவையைப் பார்த்துக் கொண்டாள். அழுது வடிந் தது; முதல்முதல் சம்பளம் வாங்கியதும் பளிச்சென்று ஒரு ஃபுல் வாயில் வாங்கிக் கொள்ள வேண்டும்.

அம்மாவுக்கு நல்லதாக ஒரு சின்னாளப்பட்டு. சுரேஷுக்கு ஒரு சட்டை. எவ்வளவு நாளாக டெரிகாட் டெரிகாட் என்கிறான். அப்புறம் எனக்கு நல்லதாக ஒரு செருப்பு... ஒரு டிரான்சிஸ்டர்... ஒரு...

மனக் கணக்கில் மொத்தம் கூட்டிப் பார்த்தால் இரண்டு மாதச் சம்பளம் தேவையாக இருந்தது. அரிசி, பருப்பு, உப்பு, புளி சாமான்களுக்கு எங்கிருந்து பணம் வரும் என்றே தெரியவில்லை.

அதற்கு முன் வாங்கிய கடன்களை அடைப்பதற்கு? எத்தனை தேவைகள்!

வித்யாவுக்கு இப்போது சந்தோஷமாக இருந்தது.

ரிஸப்ஷனில் உட்கார்ந்திருந்த பெண்ணிடம் 'குட்மார்னிங்' என்றாள்.

'குட்மார்னிங்!'

'என் பெயர் வித்யா நடராஜன்!' என்று கடிதத்தைக் கெடுத்தாள்.

'ஓ எஸ்! யு ஆர் லேட். டாக்டர் சோமசேகர் உனக்காகக் காத்திருக் கிறார். நேரே போய் அந்தக் கண்ணாடிக் கதவைத் திறந்து மூன்றாவது அறை இடது பக்கம்... இதில் ஒரு கையெழுத்து!'

'தாங்க்ஸ்!'

மெல்ல நிலம் நோக்கி நடந்தாள். பாலிஷ் தரை, நிசப்தமான நிசப்தம். கண்ணாடிக் கதவு புதிது புதிதாக இருந்தது. அதைத் திறந்தவுடன் சில் என்று காற்று. எங்கிருந்து வருகிறது என்று சொல்ல முடியவில்லை. இளம் பச்சை நிறத்தில் தரை, அதன் மேல் நடக்க சற்று ஜாக்கிரதை தேவையாக இருந்தது. காலடிச் சப்தம் கேட்டால் அதை உடனே வாங்கி விழுங்கிக் கொள்ள சுவர்களில் சின்னச் சின்னக் காற்று ஓட்டைகள்.

அறைக் கதவைத் தட்டினாள். 'கம் இன்' என்ற பெரிய லவுட் ஸ்பீக்கர் குரல் உள்ளே ஒலித்தது. தயக்கமாகத் திறந்தாள்... நேர் எதிராக டாக்டர் சோமசேகர் நாற்காலி பூரா உட்கார்ந்திருந்தார். அவர் குரலுக்கு ஏற்ற உடல். சீனி மாமாவை ஞாபகப்படுத்தும் முகம். மூக்கு, காதுதான் பெரிசு. சீனி மாமாவுக்கு மீசை இல்லை. கழுத்தைக் காணவில்லை. அரைக் கை சட்டை போட்டு அதன் பையில் பல வர்ணங்களில் பேனா சொருகியிருந்தார்.

'நீதானே வித்யா?'

'எஸ் ஸார்.... குட்மார்னிங் ஸார்!'

'குட் ஈவினிங் சொல்லு. ஏன் லேட்டு...?'

வித்யா பதில் சொல்ல வாயெடுக்க, 'நெவர் மைண்ட்! லேட்டா வந்ததுக்கு ஏதாவது காரணம் இருக்கும். நாளையிலிருந்து

லேட்டா வராதே. அப்பறம் தலையை இந்த மாதிரி பிச்சுப் போட்டுக்கிட்டு வரப்படாது. இன்னிக்கு சாயங்காலமே ஹேர் பின் வாங்கி அழுந்த வாரிக்கிட்டு, ஹேர்பின் குத்திக்கிட்டு வரணும். இந்த லாபிலே தூசி உதவாது. தலை மயிர் உதவாது. சின்னதா வெட்டிக்கிட்டா நல்லது. ஆனா அதை இன்சிஸ்ட் செய்ய முடியறதில்லை.'

வித்யா புரியாமல், 'சரி ஸார், சரி ஸார்' என்றாள்.

சடக்கென்று கதவைத் திறந்த ஒரு வெள்ளைக் கோட்டு இளைஞன் தோன்றி,

'காட் இட் டாக்டர்! எஸ்ட்ரோஜன் தான்!'

'இஸ் இட்? க்ரேட்!நான் வந்து பார்க்கிறேன். பை திவே இது டாக்டர் தியாகராஜன். உன் பேர் என்ன சொன்னே?'

'வித்யா!'

'ஹலோ' என்று டாக்டர் சொல்லி மறைந்தார். டாக்டர் தியாகராஜன் எஸ்ட்ரோஜன்ஸ்ல அத்தாரிட்டி! உலகத்திலே ரெண்டு அல்லது மூணு பேர்தான் உண்டு. நீ இவர்கிட்டத்தான் ஓர்க் பண்ணப் போறே!'

'என்ன வேலை சார்?'

'தியாகராஜன் சொல்வார். இப்படியே நேராப் போய் மூன்றாவது அறைக் கதவைத் தட்டு.'

தியாகராஜன் திறந்தார். 'கம் ஆன். யுஆர் அல்ரெடிலேட்! உனக்காக எங்களால் அதிகம் காத்திருக்க முடியாது.'

அந்த பரிசோதனைச் சாலை அவளைப் பிரமிக்க வைத்தது. புரியாத மிஷின்கள். ஒன்றிரண்டு மைக்ராஸ்கோப்பு போல சாதனங்கள். அதுவும் இரண்டு கண் மைக்ராஸ்கோப்பு! பலவர்ண சீசாக்கள். நினைத்துப் பார்க்க முடியாத வடிவங்களில் கண்ணாடிக் குழாய்கள், குடுவைகள், குப்பிகள். அவைகளில் பல வர்ண திரவங்கள். அவைகளை உஷ்ணப்படுத்திக் கோபப் படுத்தும் நீல ஒளி அடுப்புகள். அகல மேஜைக்குள் சதுர வெட்டில் பொதிந்திருந்த குழாய்கள், ஓரத்தில் ஒரு முயல் கூண்டில் சில வெள்ளெலிகள்.

'இத பார், இங்க வா? உன் பேர் என்ன சொன்ன?'

'வித்யா ஸார்!'

'வித்யா இது என்ன?'

தயக்கத்துடன் 'மீட்டர் மாதிரி தெரியுது.'

'மாதிரி தெரியுது என்ன, மீட்டர்தான்!'

'இது எவ்வளவு காட்டுது.'

'நூற்றி இருபது.'

'எழுது நூற்றி இருபதுன்னு இந்த காகிதத்தில். இப்படியே இரண்டு நிமிஷத்துக்கு ஒரு தடவை இந்த மீட்டர் என்ன காட்டுதுன்னு எழுதிக்கிட்டே வா. ஒரு மணி கழிச்சு அதை ஒரு கிராஃப் ஷீட்ல வரைஞ்சுக்கிட்டு வா. அதான் முதல் வேலை உனக்கு.'

டாக்டர் தியாகராஜன் விலகிச் செல்ல, அந்த மீட்டரைப் பார்த்தாள். தியாகராஜன் அங்கிருந்து திரும்பி 'அரை மணி ஆனதும் என்னைக் கூப்பிடு' என்றார். சரி என்று சொல்வதற்குள் மறைந்து விட்டார்.

ஸ்டூல் போட்டுக் கொண்டு உட்கார்ந்தாள். அந்த மீட்டர் துடித்துக் கொண்டிருந்தது. தன்னிடம் கைக்கடிகாரம் இல்லை. சுற்றிலும் பார்த்தாள். எதிரே வட்டமான சுவர்க் கடிகாரம் இருந் தது. நிமிஷங்கள் அவ்வளவு துல்லியமாகத் தெரியாது. உடனே ஒரு கடிகாரம் வாங்க வேண்டும். செகண்ட் ஹாண்டு இருக்க வேண்டும். இது என்ன வேலை?

காகிதத்தின் தலைப்பில் பி.ஆர்.எஸ். என்று எழுதியிருந்தது. காகிதம் மெல்லிய மஞ்சள் நிறத்தில் உசத்தியாக இருந்தது.

10.36 118 என்று எழுதினாள். இன்னும் ஒரு நிமிஷம் தாமதிக்க வேண்டும். மீட்டரைப் பார்த்தாள். அதனுடன் மின் இணைப்புகள் இடது பக்கம் சென்றன. சென்று வினோதமான கருவிகளுக்குச் செல்ல, அந்தக் கருவிகளிலிருந்து சிக்கலான இணைப்புகள் புறப்பட்டு...

திடுக்கிட்டாள்.

அருகே மேஜை மேல் ஒரு முயல் மல்லாந்து படுத்திருந்தது. அதன் ரோஸ் கலர் வயிற்றில் ஒரு ஊசி போல் சொருகியிருந்தது. அதன் தலைமேல் கிரீடம் போல் ஒரு வட்டம் பொருத்தப்பட்டு, அதிலிருந்து பலவித மின் இணைப்புகள் புறப்பட்டு அந்த வினோதமான கருவியிடம் சரணடைந்தன.

முயலுக்கு உயிர் இருந்தது. வாய் திறந்து ஹ...ஹ...ஹா என்று இரைத்துக் கொண்டிருந்தது. அதற்கு ஏற்றபடி அதன் உடம்பு ஆடிக் கொண்டிருந்தது. அந்த ஆட்டத்திற்கு ஏற்ப அளவு மீட்டரின் முள் ஆடிக் கொண்டிருந்தது. திடுதிப்பென்று முயலுக்குத் தூக்கிப் போட்டது. அதே சமயம் அந்த முள் ஒரு தடவை உதறி விட்டு மறுபடி நூற்றியிருபது காட்டியது.

வெள்ளை முயல். அதன் வாயோரத்தில் சற்று ரத்தம் தெரிந்தது. கண்கள் மூடியிருந்தன. சில தடவை திறந்து வித்யாவைப் பார்த்தது. ஒவ்வொரு நிமிஷமும், ஒவ்வொரு நிமிஷமும் *120, 118, 116* என்று எழுதிக் கொண்டே வந்தாள். முயல் பயத்தில் மூத்திரம் விட்டிருந்தது. அதன் அழகான ரோஜா நிற வாயும், முன் பற்களும் தெரிந்தன. அடிக்கடி தூக்கி உதறிப் போடுவது நிற்கவே இல்லை.

வித்யாவுக்கு அந்த முயலைப் பார்க்கத் தயக்கமாக இருந்தது. இடது கண் ஓரத்தில் அது தெரிந்தாலும் திரும்பிக் கொண்டு பிடிவாதமாக அந்த மீட்டரில் கவனத்தைச் செலுத்தினாள். மீட்டரின் அளவு மெதுவாகக் குறைவதைக் கவனித்தாள். *120*ல் ஆரம்பித்தது எட்டு நிமிஷத்தில் *105* வரை இறங்கி விட்டது. *105* என்றால் என்ன? அந்த முயலின் பிராணனா? இருக்காது. அந்த முயலின் வலியாகத்தான் இருக்கும். அதுதான் குறைகிறது. தவிர்க்க முடியாமல் மற்றொரு தடவை முயலைப் பார்த்து விட்டாள். அதன் வாயருகே ஒரு சிறிய ரத்தத் திட்டு. முயல் ரத்தம்; ஏறக்குறைய கருஞ்சிவப்பாகவா இருக்கும்? இல்லை. இது ரத்தமில்லை. ஏதோ ஒரு மருந்து. சிவப்பு மருந்து.

‘ஏய் முயலே! உனக்குச் சரியாய்ப் போய் விடும். கவலைப் படாதே. இதோ இந்த ரீடிங் எடுத்து எல்லா இணைப்புகளையும் பிடுங்கி விட்டு உனக்குச் சாப்பிட ஏதாவது கொடுப்பார்கள். இரு இரு! டாக்டர் தியாகராஜன் வந்ததும் சொல்லி உன்னை விடுதலை பண்ணிடறேன். கொஞ்சம். இரு.’

95, 93, 90, 88.

இதற்கு முன் எப்போது முயலைப் பார்த்திருக்கிறாள்...? ஜூவில். அதற்கு முன் கிராமத்தில் எங்கேயோ ஒரு சோலைக்குள். வெள்ளைப் பந்தாகத் துள்ளத் துள்ளி ஓடும் சின்னச் சின்ன கவிதைகள் போல! ஆனால் இது...? காலைப் பரப்பிப் படுக்க வைத்து... ஆணா பெண்ணா இது...?

இப்போது அதனிடமிருந்து ஒரு வினோதமான 'இக் இக்' என்று சத்தம் கேட்டது. அந்த மீட்டரின் முள் சாமியாட ஆரம்பித்தது...

தலையைச் சாய்த்து சாய்த்து நெற்றியை சுருக்கிக் கொண்டாற் போல கண்களில் விவரிக்க முடியாத வேதனையுடன் அந்தப் பிராணி சீராகத் துடித்தது. அந்த முள் குறைந்து கொண்டே வந்தது. 65, 50, 40, 30, 20...

குபுக்கு என்று கையலகத்துக்கு ரத்தம் கக்கியது முயல்.

மீட்டர் துடிதுடித்தது. வித்யா வேகமாக அந்தக் கதவைத் திறந் தாள்... உள்ளே டாக்டர் தியாகராஜன் ஜன்னல் வெளிச்சத்தில் பெரிய புஸ்தகம் படித்துக் கொண்டிருந்தார்.

கோபமாக 'எஸ்' என்று நிமிர்ந்தார்.

'டாக்டர். முயல் செத்துக்கிட்டிருக்கு!'

'என்ன முயல்? எந்த முயல்?'

'அதான் அந்த மேஜை மேலே படுத்திருந்த முயல்.'

'செத்துக்கிட்டிருக்கா? எப்படித் தெரியும்?'

'உடல் உதறியது. ரத்தம் கக்கறது. மீட்டர் 20 வரைக்கும் வந்திடுச்சு!'

'வந்தா? 20ன்னா அர்த்தம் தெரியுமா உனக்கு? நான் உன்கிட்டே என்ன சொன்னேன்? ஒவ்வொரு நிமிஷமும் ரீடிங் எடுக்கத் தானே?'

'டாக்டர் நீங்க வந்து பாருங்களேன்! ப்ளீஸ்?'

அவர் அலுத்துக் கொண்டு வந்தார்.

முயல் இப்போது மௌனமாக இருந்தது. ரத்த நிறப் படுக்கையில் படுத்திருந்தது. கண்கள் மூடியிருந்தன.

'எங்கே உன் ரீடிங்க்ஸ்?' என்றார் டாக்டர் தியாகராஜன்.

வித்யா தன் குறிப்புகளைக் காட்டினாள். அதை மெதுவாக அவர் ஆராய வித்யாவுக்குள் மிகுந்த சலனமும், வருத்தமும் ஏற் பட்டது. 'முயலே! ஸாரிம்மா! ஸாரி! கொஞ்சம் முன்னாலயே சொல்லியிருக்கலாம்! முன்னாலயே அவரை அழைச்சிக்கிட்டு வந்திருக்கணும். இல்லை உனக்கு அடிச்சுக்கிட்டபோது எல்லாத் தையும் பிடுங்கி எறிஞ்சியிருக்கணும்!'

'மிஸ் வித்யா! டாக்டர் சோமசேகரைக் கூப்பிடுங்க. க்விக்!' என்றார் தியாகராஜன். வித்யா தடுமாறி நிற்க, 'டாக்டர் சோம சேகர் தெரியாதா? காலையில முதல்ல பார்த்திங்களே! ஓ! ஐம் ஸோ எக்ஸைட்டட்! சீக்கிரம் கூப்பிடுங்க அவரை!'

குழப்பமாக ஓடினாள் வித்யா. சோமசேகர் வந்ததும் தியாகராஜன் 'டாக்டர் கை குடுங்க!' என்றார்.

'என்ன?'

'இருபத்தி எட்டு நிமிஷம்! இருபத்தி எட்டு நிமிஷம்! டாக்டர் ரிக்கார்ட்! இருபத்தி எட்டு நிமிஷம் உயிரோட இருந்திருக்கு.'

'ரிமார்க்கபிள் டாக்டர் தியாகராஜன்! நம்பவே முடியலியே! நிச்சயம் ரிமூவ் பண்ணி இருந்தீங்களா?'

'பின்னே? காண்பிக்கட்டுமா? கம்ப்ளிட்டா ஆன்டீரியர் செக்ஷன் எல்லாத்தையும் ரிமூவ் பண்ணிட்டேன். இதுவரைக்கும் உலகத் தில் எந்த லாபரட்டரியிலுமே பதினாலு நிமிஷத்திற்கு மேல் உயிர் வாழ்ந்ததில்லை. இருபத்தி எட்டு நிமிஷம்! என்ன அர்த்தம் தெரியுமா?'

'நீங்க கொடுத்த மருந்து! எவ்வளவு ஸி.ஸி. கொடுத்தீங்க?'

'இரண்டு.'

'அஞ்சு கொடுத்துப் பாருங்க!'

'ம்ஹூம்... அஞ்சு கொடுத்தா உடனே பிராணனை விட்டுர்றது! மெள்ள இரண்டரை குடுத்துப் பார்க்கிறேன்! ஓ! ஐம் ஸோ எக்ஸைடட்!....'

சோமசேகர் வித்யாவைப் பார்த்து, 'இந்தப் பெண் வந்தவேளை, எனக்கு நல்ல அதிர்ஷ்டம் இருக்கிறது!'

'மிஸ் வித்யா, சீக்கிரம் எதிர்த்தாப்பல 25ஆம் நம்பருக்குப் போய் இன்னொரு முயல் எடுத்துக்கிட்டு வாங்க! க்விக்!'

'இன்னொரு முயலா?'

'ஆமாம். முதல்ல பரிசோதனையை ரிபீட் பண்ணணும்! 28 நிமிஷம் தானான்னு கன்ஃபர்ம் பண்ணணும். அப்புறம் மருந்து டோஸை அதிகரிக்கப் பார்க்கணும்.'

'க்ரேட்! க்ரேட்' என்றார் சோமசேகர். வித்யா மெதுவாக மௌன மாக நடந்தாள்.

25ஆம் எண் அறையைத் திறந்து -

திடுக்கிட்டாள்.

நீண்ட, திறந்த அலமாரிகள் எட்டு இருந்தன. அவைகளில் வரிசை வரிசையாகக் கூண்டுகள். அவைகள் அத்தனையிலும் முயல்கள்! வெண் முயல்கள்! காரட் தின்று கொண்டு பச்சைப் புல்லை இறைத்துக் கொண்டு புஸு புஸு என்று அழகாகத் தயங்கித் தயங்கி உள்ளே குதித்துக் கொண்டு நூறு முயல்கள்... ஒரு விதமான கழிவு நாற்றம். மருந்து நாற்றம். தூரத்தில் ஒரு கதவு.

வித்யா நிதானமாக நடந்து அந்தக் கதவைத் திறந்தாள். வெளியே கரடுமுரடான நிலம் தெரிந்தது.

வித்யா ஒவ்வொன்றாக அத்தனை முயல்களையும் ஒவ்வொரு கூண்டாகத் திறந்து வெளியே உதறித் துரத்தி விட்டாள்.

கடைசி முயலின் பின் அந்த வயலில் அவளும் ஓடினாள்.

★

'என்ன இவ்வளவு சீக்கிரம் வந்துட்டே?'

7

ஜன்னல்

அவன் நுழைந்தபோது அந்த இடத்தில் ஐந்தாறு பேர்கள் உட்கார்ந்திருந்தார்கள். நடுவே ஒரு பழைய வீக்லி கந்தலாக இருந்தது. அலமாரிக்குள் நிறைய மருந்துகள் அடுக்கி இருந்தன. பாதி கண்ணாடியும் பாதி மரமுமாக இருந்த தடுப்பின் கண்ணாடிப் பகுதியில் கன்ஸல்டிங் நேரம் 'மாலை ஆறிலிருந்து எட்டரை வரை' என்றது; தடுப்புக்கு அந்தப் பக்கம் டாக்டர் 'ஆ சொல்லு' என்று சொல்வது கேட்டது. ஒரு மின் விசிறி மிக மெதுவாகச் சுழன்று கொண்டிருந்தது. அதன் நிழல் சுவற்றில் பெஞ்சின் மேல் அந்தப் பெண்ணின் மார்பின் மேல், புத்தகங் களின் மேல் என்று மடங்கியும் நிமிர்ந்தும் நெளிந்தும் சுழன்று கொண்டிருந்தது.

புதிதாக வந்தவன் பெஞ்சில் இருந்த வெற்றிடத்தை உடனே அடைத்து உட்கார்ந்தான். எதிரே இருப்பவரைப் பார்த்து புன்னகைத்தான். அவர் மஃப்ளிரின் நிழலில் பதில் புன்னகை செய்யவில்லை. அவர் அருகில் இருந்த பெண் தன் புடவையை இன்னும் சரி செய்து மறைத்துக் கொண்டு இன்னும் நெற்றியைச் சுருக்கிக் கொண்டாள்.

புதிதாக வந்து உட்கார்ந்தவனுக்கு நாற்பது வயதிருக்கலாம். அல்லது அது நிஜ நாற்பதாக இல்லாமல் முப்பது வயது முதிர்ந்த நாற்பதாக இருக்கலாம். அவன் சிரிக்க முயன்றதில் பொதுவாக ஒரு சிநேகிதம் விரும்பும் தன்மை இருந்தது. பக்கத்தில் இருப்பவரிடம் கேட்டான்.

'ரொம்ப நேரமாக காத்துக் கொண்டிருக்கிறீர்களா?'

'ம்?' என்றார் அவர்.

அவன் கேள்வியை மறுபடி கேட்க, 'பதினைந்து நிமிஷம்' என்றார்.

அந்த அம்மாள் அவனைப் பார்த்த நேரத்தைப் பயன்படுத்தி கொண்டு 'குழந்தைக்கு மீஸில்ஸா?' என்று கேட்டான்.

குறிப்பிட்ட குழந்தை ஜுர வேகத்தில் தூங்கிக் கொண்டிருக்க, அதன் தாய் பதில் சொல்லவில்லை. அந்தப் பெண் இன்னும் அவனை வெறுத்தாள்.

அந்த அறைக் கதவு திறந்து உள்ளே 'ஆ' என்று சொல்லக் கேட்ட தற்கு 'ஆ' என்று சொன்னவர், கையில் ஒரு புதிய வெளுத்த காகிதத்துடன் வெளியே வந்தார். டாக்டர் தெரிந்தார். 'குட் ஈவினிங் டாக்டர்' என்றான்.

டாக்டர் 'ஈவினிங்' என்று பதில் சொன்னார். அவனைப் பார்க்க வில்லை. 'நீங்க வாங்க அம்மா' என்றார். அந்தப் பெண் உள்ளே சென்றாள். உடனே எல்லோரும் மௌனமாக, சிரத்தையாக கண்ணாடிப் பின் கேட்கப் போகும் வார்த்தைகளில் கவனமாக இருந்தார்கள்.

அவள் பேசுவது தெளிவாகக் கேட்கவில்லை. தாழ்வாக இருந் தது அவள் - டாக்டர் சம்பாஷணை.

புதிதாக வந்து உட்கார்ந்து சினேகிதம் தேடிய ஆசாமி பக்கத்தில் இருப்பவரை 'உங்களுக்கு என்ன?' என்று கேட்டான். 'கையிலே கட்டி' என்று கையைக் காட்டினார். 'பென்ஸிலின் நாலு இன்ஜெக்ஷன் போட்டு நேற்றுதான் உடைஞ்சுது.' 'அப்படியா!' சற்றுத் தாழ்ந்த குரலில் 'இவர் நல்ல டாக்டர் ஸார். கைகாரர் ஸார். நல்ல காசு' என்றார் அவரும் தாழ்ந்த குரலில். 'நான் இவரிடம் இப்பொழுதுதான் முதல் தடவை வருகிறேன். இவரிடம் வந்ததே சரியா என்று எனக்குத் தெரியவில்லை. எனக்கு உடம்பு சரியா இல்லையா என்பதுகூட எனக்குச் சொல்ல முடியாது. எனக்கு இவர் வைத்தியம் சொல்ல முடியுமா என்பதுகூட எனக்குச் சரியாகச் சொல்ல முடியாது....'

உனக்கு என்ன என்று அவர் கேட்கவில்லையே என்று வருத்தப் பட்டான். 'அப்படியா' என்று மட்டும் சொல்லியிருந்தார்.

அடுத்த தடவை டாக்டர் கதவைத் திறந்தபோது 'டாக்டர் ஒரு நிமிஷம்' என்று சற்று உரக்கவே சொன்னான். எல்லோரும் அவனையே பார்த்தார்கள்.

'டாக்டர் எனக்குக் கொஞ்சம் அவசரம். என்னைக் கொஞ்சம் சீக்கிரம் அனுப்பி விட முடியுமா?'

'என்ன உங்களுக்கு ஜுரமா' என்று கேட்டார் டாக்டர்.

'இல்லை!'

'பின் என்ன?'

'உள்ளே வந்து சொல்கிறேனே' என்று அசந்தர்ப்பமாகச் சிரித்தான்.

டாக்டர் 'சற்று இருங்கள். இந்தப் பேஷண்டைப் பார்த்து விட்டுக் கூப்பிடுகிறேன். ராமநாதன் வாங்க' என்றார்.

ராமநாதன் (கையில் கட்டி) உள்ளே சென்றார்.

மற்றவர்கள் அவனை, க்யூவை மீறப் போகும் அவனைப் புதிய வெறுப்புடன் பார்த்தார்கள். அவர்கள் மறுக்க மாட்டார்கள் எனத் தோன்றியது. டாக்டர் கோபக்காரராக இருக்கலாம். டாக்டர் பொதுவாகவே தீவிரமாக வரிசை முறையைப் பாதுகாத்தவராக இருக்கலாம். அவன் சினேகிதம் தேடும் முயற்சியை விட்டு விட்டான். அந்த வீக்லியை அவன் எடுத்துப் பிரித்தான். அதைக் கவனமில்லாமல் திருப்பினான். மற்றொரு பெண் நுழைந்தாள். அவளுடன் ஒரு நான்கு வயதுப் பையன் வந்தான். வந்தவுடன் உட்கார்ந்திருந்தவர்களை எல்லாம் பார்த்தாள். வீக்லியைப் புரட்டிக் கொண்டிருந்தவன் சற்று ஒதுங்கி அவளுக்கு இடம் தர சின்னப் பையன் சுதந்திரமாக உட்கார்ந்து கொண்டு அதில் ஏரோப்ளேன் படம் இருக்கா என்று கேட்டான். அவன் வீக்லியைத் தீவிரமாக ஆராய்ந்து ஏரோப்ளேன் படம் தேடினான் பையன். பக்கங்கள் புரட்டப்பட 'அது என்ன? இது என்ன?' என்று கேட்டான்.

'நீங்க வாங்க ஸார்!' என்று கதவு திறந்ததும் டாக்டர் கூப்பிட்டார். உள்ளே இருந்தவர் மெதுவாகப் பேசிக் கொண்டே வந்தார்.

எவ்வளவு ஆசையாக இருந்தது தெரியுமா? இப்பொழுதும் ஒரு கணம்தான். அதற்கு கை நடுங்கி வியர்த்து கண்ணாடிக் கதவைப் பிடித்துக் கொண்டு சமாளித்து விட்டேன். உடனே நான் தீர்மானித்து விட்டேன். என்னில் ஏதோ தப்பு இருக்கிறது. உடனே நான் டாக்டரைப் பார்க்க வேண்டும் என்று தோன்றி விட்டது. ஆபீசுக்கு மிக அருகில் இருக்கும் உங்களைத் தேடி வந்து விட்டேன்!

டாக்டர் உங்களிடம் எவ்வளவோ சொல்ல வேண்டும் என்று நினைத்து வந்தேன். பாதிகூடச் சொல்லவில்லை. அந்தப் பயம் ரொம்ப உண்மையான பயம். அப்படியே ஒரு புயல் காற்று போல. ஒரு போர்வை போல என்னைச் சுற்றிக் கொள்கிறது. இன்று நிச்சயம் அந்த ஜன்னலிலிருந்து குதித்திருப்பேன். சமாளித்துக் கொண்டு விட்டேன்... எப்படிச் சொல்வது... எப்படி...

அவன் கை நடுங்கியது. சிரித்தான். டாக்டர் 'புரிகிறது' என்றார். அவன் சட்டைப் பித்தானை அவிழ்க்கச் சொன்னார். ஸ்டெதாஸ்கோப்பை வைத்து அவன் இருதயத்தைக் கேட்டார். அவன் ரத்த அழுத்தத்தை எடுத்தார். 'இரவில் சரியாகத் தூங்குகிறாயா?' என்று கேட்டார். அவன் 'தூங்குகிறேன்' என்றான். 'காலை ஒழுங்காக மோஷன் ஆகிறதா?' என்றார். அவன் யோசித்து 'ஆமாம்' என்றான். அவன் கவனம் அந்த ரத்தப் பஞ்சில் நின்றது.

டாக்டர் சொன்னார்: 'உன் ரத்தம் அழுத்தம் சரியாகத்தான் இருக்கிறது. எல்லோருக்கும் இந்த ஃபெடீக் வரும். இப்பொழுது என் கேஸையே எடுத்துக் கொள். நான் மாலை நேரம்கூட சுதந்திரமாக வெளியில் சென்றதில்லை. இந்த இடத்தில் 6லிருந்து 8.30 வரை. வீட்டில் போனால் பேஷண்ட்கள். அதற்கு முன் பேஷண்ட்கள். காலை, மாலை, உனக்கு காம்ப்ட்டா மீட்டர். எனக்கு பேஷண்ட்கள். எனக்கும் ஒரு நாள் எல்லாவற்றையும் உதறி எறிந்து கிராமத்துக்குப் போய் விடலாமா என்று தோன்றும். எனக்கு முடியாது. பிழைப்பு போய் விடும். உனக்கு முடியும். நாளைக்கே ஆபீசுக்குப் போகாதே. அவசியம் லீவ் எடுத்து கொள். ஒரு மாதம் இல்லை இரண்டு மாதம். சர்டிபிகேட் வேண்டுமானால் தருகிறேன். உனக்கு வேண்டியது மாறுதல்.'

டெலிபோன் மணி அடித்தது. எடுத்துக் கேட்டார். ம் ம் ம் என்றுதான் திரும்பத் திரும்பச் சொன்னார். கடைசியில் மட்டும் சரி என்று சொல்லி விட்டு வைத்தார். அது என் மனைவி என்றார். டெலிபோனில் பேசிக் கொண்டிருக்கும்போதே காகிதத்தில் எழுதி முடித்து விட்டார். சரக் என்று கிழித்தார். 'இந்த டானிக்கை சாப்பாட்டிற்குப்பின் இரண்டு டீ ஸ்பூன் சாப்பிடு. ஒரு பாட்டில் சாப்பிட்டு விட்டு என்னை மறுபடி வந்து பார்' என்று அவனிடம் அந்தக் காகிதத்தைத் தந்தார்.

அவன் அந்தக் காகித்தைப் பிரமிப்புடன் பார்த்துப் படிக்க முயன்றான்.

டாக்டர் அவன் எழுந்து செல்லக் காத்திருந்தார். 'டாக்டர் நான் உங்களுக்கு எவ்வளவு கொடுக்க வேண்டும்?'

'ஐந்து ரூபாய்' என்றார்.

அவன் தன் பையில் தடவி சில ரூபாய் நோட்டுக்கள் சில எட்டணா நாலணா பத்து பைசா நாணயங்கள் என்று சேர்த்துக் கூட்டிப் பார்த்து, 'என்னிடம் நாலு ரூபாய் 30 பைசாதான் இருக்கிறது' என்று மன்னிப்புக் கலந்த குரலில் பயத்துடன் சிரித்துக் கொண்டு சொல்லி விட்டு மேஜை மேல் அவ்வளவு பணத்தையும் வைத்தான். டாக்டர் 'சரி' என்றார்.

அவன் அந்தக் கதவைத் திறந்து கொண்டு வெளியே சென்றான்... உடனே உள்ளே வந்த அந்தப் பெண் தன் கையில் போர்த்தி அணைத்திருந்த குழந்தையை ஜாக்கிரதையாகத் திறந்து, 'காலையிலிருந்து விட்டு விட்டு ஜுரம் அடிக்கிறது டாக்டர். ஒரு தடவை வாயிலெடுத்து விட்டான். கண்ணைத் திறக்காமல் ஜுரம்'. அப்பொழுது டாக்டர் மறுபடி ஸ்டெதஸ்கோப் அணிந்து கொண்டார். அந்தக் குழந்தையைப் பரிசோதித்தார். அதன் வயிற்றை அழுத்திப் பார்த்தார்.

'இருமல் இருக்கா?'

'இல்லை டாக்டர்!'

'பேர் என்ன?'

'சுரேஷ்... சுரேஷ் டேய், டாக்டர் மாமாடா!'

'வயசு?'

'நாலு.'

டாக்டர் எழுதிக் கொண்டிருக்கையில் வெளியே சாலையில் அப ஸ்வரமாக அந்தச் சப்தம். மிக அவசரமாக ப்ரேக் போடுவதால் டயர் தேயும் சப்தம் கேட்டது.

8

நியாயங்கள்

ஊர், மனைவி, வேலை எல்லாம் புதிசு; என் மணிக்கட்டில் கட்டியிருந்த திருமணக் கயிறு கூட. பத்து நாட்கள் கரைந்து ஹனிமூன் நாட்கள் முடிந்து விட்டன. ஆரம்பத்தில் இருந்த சாக்லட் கனவுகள் கரைந்து, பெங்களூரில் வீடு தேட வேண்டிய கட்டாயம் ஏற்பட்டு விட்டது. மனைவியை விட்டுத் தாற்காலிகப் பிரிவு. அவளுக்கு பொழுது போகவில்லை. தினமும் ஒரு கடுதாசு எழுதுகிறாள். 'வீடு கிடைத்ததா? வீடு கிடைத்ததா?' என்று. 'அதிக நாள் தள்ளிப் போட்டால் ஊன மாசம் வந்து விடும். அப்புறம் நாம் இருவரும் சேர்ந்து இருக்க முடியாமல் போய் விடும். இந்த அபலையின்...' இத்யாதி.

அபலையா? காஞ்சிபுரத்தில் இரண்டு வேளையும் சம்பிரமமாக உட்கார்ந்து சாப்பிட்டு விட்டு வருகிற தமிழ்ச் சினிமாவை யெல்லாம் பார்த்துக் கொண்டு, டி.வி பார்த்துக் கொண்டு உல்லாசமாக இருக்கிறாள். அவள் அபலையாம்! 'உனக்கென்ன கேடு? நான் வீட்டுத் தரகர்களின் பின்னால் அலைந்து கொண்டிருக்கிறேன்' என்று பதில் எழுதுவதற்குப் பதில், 'என் காதலிக்கு' என்று தொடங்கிப் பக்கம் பக்கமாக எழுதிக் கொண்டிருக்கிறேன். அந்தக் கடிதங்களை எல்லாம் என் மனைவி பத்திரமாக வைத்திருப்பாள்.

நான் என்னவோ, கிருஷ்ணப்பா என்ற வீட்டுத் தரகர் பின்னால் சுற்றிக் கொண்டே இருக்கிறேன். அழுக்கடைந்த குல்லாய், லாண்டரியே காணாத அழுக்குக் கோட்டு, பை நிறைய காகிதங்கள். மைசூர் மகாராஜாவின் போட்டோ, தட்டுச் சுற்று

வேஷ்டி, எனக்கும் அவனுக்கும் மொழிப் பிரச்னை வேறு. அவன் கன்னடத்தில் பேச, நான் தமிழில் பேசுவேன். இருந்தும் அவன் என் தோளில் கை போட்டுப் பெங்களூரில் உள்ள அத்தனை வீடுகளும் செங்கல் செங்கல்லாக எனக்காகத் தான் கட்டப்பட்டிருப்பது போல், 'நீவு பன்னி ஸ்வாமி! நானு தோர்ஸ்தினி' (நீங்க வாங்க, நான் காட்டுகிறேன்) என்று என்னை ராஜாஜி நகர், ஹொாசஹள்ளி என்று அலைய விட்டான்.

இரண்டு மூன்று வாரம் அவனுடன் சுற்றிய பிற்பாடு பெங்களூரில் வீட்டுச் சொந்தக்காரர்கள் எல்லாருமே விலக்கில்லாமல் பகற் கொள்ளைக்காரர்கள் என்கிற முடிவுக்கு வந்தேன். கிருஷ்ணப்பா சளைக்காமல் வீடுகளைக் காட்டிக் கொண்டிருந்தான். என் மனைவி தினப்படி இரண்டு கடிதம் எழுதி அழ ஆரம்பித்து விட்டாள். நான் 'தனிமை' என்ற தலைப்பில் கவிதை எழுத ஆரம்பித்தேன். வீடு என்னவோ புகைக்குள் புதைந்த கனவு போலத்தான் தென்பட்டது. சிக்கவில்லை, என் வாடகைக்கும், என் அட்வான்சுக்கும்.

கடைசியில் ஒரு நாள் ராத்திரி எட்டரை மணிக்குக் கிருஷ்ணப்பா என்னைத் தேடிக் கொண்டு விடுதிக்கு வந்தார்.

'பன்னி ஸ்வாமி பேகு!' (விரைவில் வாருங்கள்) என்றான்.

'எங்கே?'

'இன்னூறு ரூபாய் வாடிகே. அட்வான்ஸ் ஜாஸ்தி பேடா. ஆல் எலக்ட்ரிக். மூணு ரூமு.'

'எல்லி?' என்றேன்.

'ராஜாஜி நகர்.'

என்னால் நம்ப முடியவில்லை. ஏதோ சூட்சுமம் இருக்கிறது. ராத்திரி வேளையில் காட்டுகிறான். உன்னிப்பாக கவனிக்க வேண்டும். எதற்கும் போய்ப் பார்ப்பதில் என்ன நஷ்டம்?

வீட்டுக்காரர் சீமான் போல் பெரிதாகச் சிரித்து வரவேற்றார். இரண்டு அறை வீடு. முப்பதுக்கு நாற்பதுக்குக் கச்சிதமாகக்

கட்டப்பட்ட வீடு. அவ்வளவு புதுசு இல்லை. உள்ளே ஓர் அறையில் மொஸாய்க் போடப்பட்டருந்தது. அலமாரிகள் இருந்தன. ஜன்னலைத் திறந்தால் அதோ போஸ்டாபீஸ். இன்னும் கொஞ்சம் போனால் காலேஜ். கூப்பிடு தூரத்தில் கடை. கல்யாண மண்டபம், வேறு என்ன வேண்டும்?

குழாயைத் திறந்து பார்த்தேன். காவேரி. இரண்டு அறையிலும் அண்ணாந்து பார்த்தேன். மின் விசிறிகள் இருந்தன. சமையல் அறையில் எட்டிப் பார்த்தேன். மின் இணைப்புகள் காணப் பட்டன. வீட்டை ஒட்டிக் கொஞ்சம் தோட்டம், வாழை, துளசி.

'வாடகை எவ்வளவு?'

'இருநூறு!'

'அட்வான்ஸ்?'

'உங்கள் இஷ்டம்!'

என்னால் நம்ப முடியவில்லை. 'உங்களை அப்பட்டமா ஒரு கேள்வி கேட்கட்டுமா?'

'ஏன் இவ்வளவு பெரிய வீட்டைக் குறைந்த வாடகைக்குக் கொடுக்கிறேன்? அதுதானே?'

'ஆம்' சிரித்தேன்.

'எனக்குப் பைசா முக்கியம் அல்ல. மனுஷாதான் முக்கியம். உங்களைப் பார்த்தவுடன் பிடித்து விட்டது. எத்தனையோ ஈரானியர்கள் எழுநூறு வரை தருவதாகக் கேட்டார்கள். நான் மறுத்து விட்டேன். பணமா பெரிசு? பகவான் கீதையில் செல்லி யிருக்கிறார்' என்று கூறி, சமஸ்கிருத சுலோகத்தைச் சொல்லி அர்த்தத்தைச் சொன்னார்.

நான் செக் புத்தகத்தைப் பிரித்தேன். 'இன்றைக்குப் பணம் வேண்டாம். இருட்டின பிறகு பணம் வாங்கக் கூடாது. நீங்கள் உங்கள் மனைவியையும் கொண்டு வந்து காட்டுங்கள். எனக்கு அவசரம் இல்லை.'

'எனக்கு அவசரம். வந்த வாய்ப்பை விட்டு விடக் கூடாது' என்றேன்.

‘நான் வாக்குத் தவற மாட்டேன். வீடு உம்முடையது’ என்றார் அவர்.

வெளியே வந்ததும் ‘கிருஷ்ணப்பா தாங்கள்…’ என்றேன்.

‘தும்ப ஒள்ளே யாவரு! (ரொம்ப நல்லவர்) என் கமிஷன்?’ என்றார்.

புதுசாகக் கல்யாணம் பண்ணிக் கொண்டு குடித்தனம் துவங்குவதில் இவ்வளவு சிரமங்களா? ரேஷன் கார்டு, காஸ் சிலிண்டர் என்ற அலைந்தேன். ஒரு ஸ்கூட்டர் வாங்க முன்பணம் கட்டினேன். பால் கார்டுக்கு விசாரித்தேன்.

ஆனால் என் மனைவி பன்னிரண்டு பெட்டிகளுடன் வந்து இறங்கியபோது, பொறுப்பாக எல்லாக் காரியங்களையும் செய்து முடித்து விட்டதில் பெருமையாக இருந்தது. இனிமேல் நானும் என் மனைவியும் ஒரு சந்தோஷ வானவில்லின் கீழ்ச் சதா சிரிப்புடன் இன்பத்தில் திளைக்க வேண்டியதுதான் பாக்கி. ஆனால், அது அவ்வளவு சுலபம் அல்ல! மனைவி வந்து சேர்ந்து ஒரு வழியாக எல்லாம் சரி ஆகி மூன்றாவது அல்லது நாலாவது நாள் மேற்படி வானவில் கரைந்து போயிற்று. சாயங்காலம் ஆபீசிலிருந்து திரும்புகையில் வாசலில் கன்னத்தில் கை வைத்துக் கொண்டு மனைவி உட்கார்ந்திருந்தாள்.

‘என்ன?’

‘சரியான வீடு பார்த்து வைத்திருக்கிறீர்கள்!’

‘ஏன்?’

‘உங்களுக்கு என்ன? ஒரு வீடு கிடைச்சா விசாரிச்சுப் பார்க்க வேண்டாமா?’

‘என்ன ஆச்சு? சொல்லேன்.’

‘சொல்ல வேண்டாம். அப்படியே நின்று நீங்களே கேளுங்க.’

‘யாரைக் கேக்கணும்?’

‘ஒருத்தரையும் இல்லை. சும்மா நின்று கேளுங்க’ கேட்டேன். ஏதாவது அழுகிற சத்தமா? எருமை மாடா? அல்லது பக்கத்து

வீட்டில் ஆர்மோனியப் பெட்டி அலறலா? ம்ஹூம் ஒன்றும் இல்லை.

'கொஞ்சம் பொறுங்க.'

அடுத்த நிமிஷம் அந்தச் சப்தம் என்னைத் தாக்கியது. 'ஐயோ! ஐயையோ! என்னை விட்டுடுங்க! ஐயோ போச்சு! முழங்கால் போச்சு! கை போச்சு! மண்டைல மட்டும் அடிக்காதீங்க, எசமான்!' ஒரே அலறல்! குரலில் அத்தனை வலியும் தென் பட்டது. அச்சம் துன்பம் எல்லாவற்றுக்கும் எல்லையாகப் பெரிய குரலில் அலறல்.

'காலையிலே இருந்து அஞ்சு நிமிஷத்துக்கு ஒரு தடவை இந்த அலறல்!' என்றாள் மனைவி.

'யாரோ யாரையோ அடிக்கிறாங்க.'

'அப்பா கண்டுபிடிச்சுட்டீங்களே! பின் பக்கத்திலே போலீஸ் ஸ்டேஷன். அங்கே நடக்கிறது இந்தப் பூசை. வருஷம் பூரா இந்த அலறல் கேட்குமாம். இதனால்தான் இதுக்கு முன்னால் இருந்த வங்க காலி செஞ்சுட்டுப் போய்ட்டாங்களாம்.'

'ஐயோ! முட்டி! முட்டி போச்சு. விட்டுடுங்க முதலாளி!'

'ஆனா இதுநாள் வரைக்கும் அந்தச் சப்தம் கேட்கலையே! பின்னால் போலீஸ் ஸ்டேஷன் இருந்ததா என்ன?'

'வசுந்தரா இங்கே வா' என்று வாசல் கேட்டில் நாங்கள் பேசு வதைக் கேட்டுக் கொண்டிருந்த ஒரு பெண்ணைக் கூப்பிட்டாள் என் மனைவி.

'வசுந்தரா, தினம் இந்தச் சத்தம் கேட்கறதா?'

'வீரபத்ரையா ட்யூட்டியில் இருந்தால்தான் கேட்கும். அவர்தான் அப்படி அடிப்பார்.'

'வீரபத்திரையா யாரு?'

'இன்ஸ்பெக்டர். அவர்தான் கைதிகளைப் போட்டு அடிப்பார். கொலை பண்ணிடுவார்.'

'அடப் பாவி!'

'வீரபத்திர ஐயாவோ, சூரபத்திர ஐயாவோ, எனக்குத் தாங்கலே. ரன்னிங் காமென்டிரி மாதிரி அடி மண்டையில் படுகிறதா, முட்டியில் படுகிறதா என்று சொல்லிச் சொல்லி அலறுகிறான். ராத் தூக்கம் வராது. இந்த மாதிரி சத்தம் எனக்கு உதவாது. எனக்குத் தாங்காது. மூணே நாளில் பைத்தியம் பிடிச்சிடும்' என்றாள்.

சற்று நேரம் மௌனமாக இருந்தேன்.

'வீடு பார்க்கிற போது இதெல்லாம் விசாரிக்க வேண்டாமோ?'

'என்ன செய்யச் சொல்றே?' என்றான் எரிச்சலுடன்.

'வேற வீடு பார்க்கச் சொல்றேன்.'

'வேற வீடா? எண்ணிப் பதினைந்து நாள் ஆகலே! மறுபடியும் கிருஷ்ணப்பாவா?'

'ஐயோ, ஐயோ!'

'ஐயோ, ஐயோ' என்றது நான் அல்ல. பின் பக்கம்.

'என்னடா, 200 ரூபாய்க்கு இவ்வளவு பெரிய வீடு குடுக்கிறா னேன்னு யோசிக்க வேண்டாம்?'

'போச்சு. உயிர் போச்சு. என்னைய்யா இங்க போய் அடிக்கறீங்க? எம்மாடி! ஆத்தாடி! வேண்டாங்க. பெல்ட் வேண்டாங்க.'

'நம்ம வீட்டிலதான் நன்னாக் கேக்குமாம்.'

வீரபத்திரையா! பெயரிலேயே மீசை இருந்தது. தாட்டியாக ஆஜானுபாகுவாக இருப்பார் போல. இரத்தத்தைக் கண்டு பயப்படாதவர் போல இருக்கிறது.

சாதாரணமாக அண்டை வீட்டுக் கலகம், சண்டை என்றால் என்ன செய்வார்கள். போலீஸ் நிலையத்தில் புகார் செய்வார்கள். போலீஸ் நிலையத்திலிருந்தே சத்தம் வருகிறது. யாரிடம் புகார் செய்வது? யோசிக்க வேண்டிய விஷயம்.

காபி, டிபன் சாப்பிட்டு விட்டு பின்புறம் சென்றேன். அடுத்த தெருவில் இருந்த போலீஸ் நிலையத்தின் பின்புறம் எங்கள்

வீட்டுப் பின்புறத்துடன் ஒட்டிக் கொண்டிருந்தது. சுவர் உயரமாக இருந்தது. துணி வைக்கிற கல்லில் ஏறி நின்று எட்டிப் பார்த்து விட்டு உடனே இறங்கி விட்டேன்.

‘ஏன்? என்ன அங்கே?’ என்றாள்.

‘ஓர் ஆளுக்கு மூக்கெல்லாம் ரத்தம்.’

அடுத்த தெருவுக்கு நடந்து சென்றேன். அந்தப் போலீஸ் நிலையத்தின் முகப்பு தெரிந்தது. ஆர்க் வளையத்தில் ‘ஸி-3 போலீஸ் ஸ்டேஷன்’ என்று எழுதியிருந்தது. ரோஜா வர்ணக் குரோமஸாம் சிவப்புப் பெயிண்ட்டு அடித்திருந்தது. சில கான்ஸ்டபிள்கள் இருந்தார்கள். ஜீப் நின்று கொண்டிருந்தது.

வீரபத்திரையா உள்ளேதான் இருக்க வேண்டும். தோளில் சவுக்கத்தைப் போட்டுக் கொண்டு சிலர் நின்று கொண்டிருக்க, ஒரு கான்ஸ்டபிள் என்னைப் பார்த்து, ‘என்னையா பார்க்கறே?’ என்று கேட்டார்.

‘ஏய்யா உங்களுக்கே நல்லாயிருக்கா? மாட்டை அடிக்கறாப் பல அடிக்கறீங்களே! அவன் மனுஷன் இல்லையா? உங்களுக் கெல்லாம் குழந்தை குட்டிகள் கிடையாது?’ என்று கேட்க தைரியம் இல்லாமல், ‘ஒண்ணுமில்லே’ என்று கூறி விட்டுத் திரும்பினேன்.

நான் என் வாழ்நாளில் அதுவரைக்கும் போலீஸ் ஸ்டேஷனில் நுழைந்தது கிடையாது. ஸ்ரீரங்கத்தில் என் நண்பனின் சைக்கிளில் விளக்கு இல்லாமல் போனதற்காக ஒரு தடவை ஒரு போலீஸ்காரர் காற்றைப் பிடுங்கி விட்டதுடன் சரி. சட்டத்துக்கும் எனக்கும் எந்த விதத் தொடர்பும் ஏற்பட வில்லை. இப்போது போலீஸுக்கு எதிராகப் புகார் செய்யத் திராணியில்லை எனக்கு.

இருந்தும் என் மனைவி சொன்னபடி அந்தச் சத்தம் சசிக்க முடிய வில்லை. பல நாட்கள் இராத்திரி இரண்டு மணிக்குத் திடீரென்று அலறல் கேட்கும்.

இந்த வீரபத்திரையாவுக்கு ஒரு கால அட்டவணை கிடை யாதோ? எந்த வேளையில் நிமிர்த்திக் கட்டுவது என்று ஒரு விவஸ்தை வேண்டாமோ? ‘இன்னிக்கு வியாழக் கிழமை. இந்த

வீரபத்திரையா யாரையும் அடிக்க மாட்டார். நிம்மதியாகத் தூங்கலாம்' என்று சொல்ல முடியாது. எப்போது வேண்டுமானாலும் அலறல் கேட்கும்.

வீரபத்திரையாவைப் பார்க்காமலேயே அவர் மேல் வெறுப்பு அதிகமாயிற்று. என்ன மனுஷன்? இப்படியா அடிப்பது? மனிதாபிமானம், மனிதத் தன்மை இதெல்லாம் கூட வேண்டாம்; ஆனால், கருணை?

'யாரும் அந்த வீட்டில் மூணு மாசத்துக்கு மேல் இருந்ததில்லையாம். மூணு மாசம் அவர் எப்படி இருந்தான்னு ஆச்சரியமா இருக்கு.'

'இரு. சாவித்திரி, அதற்கு ஒரு வழி பண்றேன்.'

'ஒரே வழி வீட்டைக் காலி பண்றது. போலீஸுடன் நம்மால் மன்றாடிக் கொண்டிருக்க முடியாது.'

'பார்க்கலாம்' என்றேன்.

யாராவது கழுத்தில் மணி கட்ட வேண்டாமா? எல்லாரும் காலி பண்ணிக் கொண்டிருந்தால் எப்படி? இந்த அராஜகத்தை எப்படி நிறுத்துவது? எனக்கென்னவோ போலீஸுக்கு அப்படி அடிக்க உரிமை கிடையாது என்று தோன்றியது. அப்படி அடிப்பது சட்ட விரோதமானது, குரூரமானது. சட்டக் காவலர்களே சட்டத்தை மீறினால்?

என் நண்பன் வக்கீல் சாரதியிடம் கேட்டேன். 'கேஸ் போட முடியாது. போலீஸ் சூப்ரெண்டுக்குப் புகார் லெட்டர் எழுதலாம்' என்றான்.

'சரி, போட்டுடலாம், சாரதி.'

'ஆனா அதில் ஒரு அபாயம் இருக்கு. அந்த இன்ஸ்பெக்டர் கறுக் கட்டிண்டு ஒரு நாள் உன்னையும் அது மாதிரி உதைச்சாத் தாங்குமா, உனக்கு? இந்த ஆளை மாத்திடலாம். ஆனா இன்னொரு சஞ்சப்பா வருவார். அவங்களுக்குள்ளே ஒத்துமை ஜாஸ்தி. டின் கட்டி விடுவான் உன்னை!'

'சத்தியமாத் தாங்காது, வேண்டாம்.'

‘ஒண்ணு செய்யறேன். வேற பேரில் எக்ஸ்பிரஸ் பத்திரிகை ஆசிரியருக்கு ஒரு கடிதம் எழுதிப் போடு. அவங்க பிரசுரிச்சா இதை விசாரிப்பாங்க. கொஞ்சம் சலசலப்பு ஏற்படும்.’

‘என்ன செய்வாங்க?’

‘அடிக்கறதை நிறுத்த மாட்டாங்க. ஆனால், போலீஸ் ஸ்டேஷனை ரெஸிடன்ஸியல் ஏரியாவிலிருந்து தள்ளி வேற இடத்துக்கு மாத்தலாம்!’

என் பிரசித்த பெற்ற கடிதம் செப்டம்பர் 18ஆம் தேதி பிரசுர மாகியது.

‘அன்புள்ள ஐயா,

பெங்களூர் போலீசுக்கு குற்றவாளிகளிடமிருந்து உண்மையை வரவழைக்க எவ்வளவோ முறைகள் இருக்கலாம். ஆனால், ராஜாஜி நகர் ஸி-3 போலீஸ் நிலையத்தின் முறை எல்லா வற்றுக்கும் சிகரம். நிலையத்துக்குள் செல்பவர்கள் அடிபட்டு அலறும் அலறலில் திடுக்கிட்டு விழித்து எழுந்த அக்கம் பக்கத்தினர்கள் ஏராளம். போலீஸ் தன் முறைகளை மாற்றிக் கொள்ளும் என்று தோன்றவில்லை. இடத்தையாவது மாற்றிக் கொள்ளக் கூடாதா? இப்படிக்குத் தங்கள் தூக்கம் இல்லாத ஜே.வி. வர்மா.’

ஜே.வி. வர்மா என்பவன் என்னுடன் எஸ்.எஸ்.எல்.சி. படித்த வன். இப்போது அமெரிக்காவில் இருக்கிறான்.

கடிதம் பிரசுமான மூன்றாவது நாள் மாலை, என் வீட்டு வாசலில் போலீஸ்காரர் ஒருவர் வந்து நின்றார். எனக்கு வயிற்றுக்குள் புளியைக் கரைத்தது. என் மனைவி வெலவெலத்துப் போனாள்.

‘வேண்டாம், வேண்டாம்னு சொன்னேன். பேசாமல் வீட்டைக் காலி பண்ணிட்டுப் போயிருக்கலாம்.’

‘இரு. நான் தான் எழுதினேன் என்று யாராலும் நிரூபிக்க முடியாது.’

‘சீக்கிரம் வாங்க’ என்று கான்ஸ்டபிள் அதட்டினான். ‘எதற்கும் சாரதிக்குப் போன் பண்ணி விடலாமே’ என்று தோன்றியது.

என் வாழ்க்கையில் முதன் முறையாகப் போலீஸ் நிலையத்துக்குள் நுழைந்தேன். வாசல்புறம் சைக்கிள் இருந்தது. மர மேஜை இருந்தது. ஆயுதங்கள் சுவரோரம் சாய்த்து வைத்திருந்தன. ஈட்டி ஈட்டியாகக் கம்பி தெரிந்தது. இடது பக்கத்து அறைக்குள் இழுத்துச் சென்றார்கள். அங்கே இள வயசாக ஒரு போலீஸ் அதிகாரி உட்கார்ந்திருதார். மேஜை மேல் ஜே. வீரபத்திரையா என்று எழுதிய சிறிய பிளாஸ்டிக் போர்டு இருந்தது. இவரா?

இன்ஸ்பெக்டருக்கு இருபத்தாறு வயசுதான் இருக்கும். நறுக்கின மீசை. நன்றாக வெட்டி விடப்பட்ட கிராப். கண்களில் மென்மையும், நளினமும் தெரிந்தன. துல்லியமாக உடை அணிந்திருந்தார்! என்னைப் பார்த்துச் சிரித்த பற்கள் ஒழுங்காக இருந்தன.

'வாங்க, உட்காருங்க!' என்று எதிர் நாற்காலியைக் காட்டினார். அவர் கைத்தடி பளபளவென இருந்தது. அதை உருட்டிக் கொண்டிருந்தார். என்னையே கூர்மையாகப் பார்த்தார். மேஜை மேல் எக்ஸ்பிரஸ் விரித்திருந்தது. அதை எடுத்து, 'போலீஸ் தன் முறைகளை மாற்றிக் கொள்ளும் என்று தோன்றவில்லை. இடத்தையாவது மாற்றிக் கொள்ளக் கூடாதா?' என்று வாசித்து, 'சரியா உட்காருங்க, மிஸ்டர் வர்மா' என்றார்.

'என் பெயர் பிரகாஷ்' என்றேன்.

'ஆனா ஜே.வி. வர்மாங்கற பேர்ல லெட்டர் எழுதுவீங்க இல்லையா?'

'இது நான் எழுதியதில்லை.'

'இது நீங்க எழுதினதுதான்.'

'என்ன ஆதாரத்தின் பேரில் சொல்றீங்க?'

'போலீஸை நீங்க தப்பா எடை போடறீங்க, மிஸ்டர் பிரகாஷ்! இந்த ஸ்டேஷன்லே அடி வாங்கறவங்க கூச்சல் போடறது உங்கள் வீட்டில் மட்டுந்தான் அதிகமாகக் கேட்கும். மற்ற வீடுகள் எல்லாம் தள்ளியே இருக்கின்றன. எதிர்த்தாப்பல ஸ்டேஷன். பின் பக்கம் உங்க வீடு. அதனால், இந்த லெட்டர் எழுதினதுக்கு முதல் ஸஸ்பெக்ட் நீங்கதான்.'

'நான் எழுதலே.'

'உங்க கை நடுங்கறதிலிருந்தே தெரிஞ்சு போச்சு. நீங்கதான்னு. என்னால் அதை ஊர்ஜிதம் செய்ய முடியும். உங்க கையெழுத்தை வச்சுக்கிட்டு... ரொம்பச் சுலபம்' எனக்கு வேர்த்து விட்டது கடிதத்தை டைப் அடித்து அனுப்பி இருக்க வேண்டும்.

'பரவாயில்லை. நீங்க லெட்டர் எழுதினது குத்தம் இல்லை. அதுக்காக உங்களை நாங்க ஒண்ணும் செய்திட முடியாது. கருத்துச் சுதந்திரம் இருக்கு எல்லோருக்கும். லெட்டர் எழுதின துக்காக உங்களைக் கண்டிக்கக் கூப்பிடல்லே.'

'பின்னே?'

'மிஸ்டர் பிரகாஷ். உங்க வீட்டிலே நிதம் கூச்சல் கேட்குதா?'

'ஆமாம். பெரிய தொந்தரவு. ஒரு மனுஷன் அந்த அளவுக்கா அடிக்கறது? மனிதத் தன்மையற்ற செயல்.'

'ஒத்துக்கறேன், மிஸ்டர்!'

'உங்களுக்கு, அவ்வளவு அடிக்கறதுக்குச் சட்டம் உரிமை தரதான்னு எனக்குச் சந்தேகமா இருக்கு.'

'சட்டப்படி எனக்கு அடிக்க உரிமை கிடையாது. ஒப்புக்கறேன்.'

'அதை மீறி அடிக்கிறீர்களே!'

'ஆமா.'

'பின்னால் வருத்தப்பட மாட்டீங்களா அதுக்கு?'

'இல்லை மிஸ்டர் பிரகாஷ். அப்படி இல்லை. நான் எல்லாக் கைதிகளையும் அடிக்கறதில்லே. ஒரு சிலரை மட்டும்தான்.'

'ஒருத்தரையும் அடிக்கவே கூடாது. தண்டிக்கறதுக்குச் சட்டம் இருக்கிறபோது...'

'அப்படியா? சட்டத்தில் உள்ள தண்டனை போதவில்லை என்றால்?'

'அப்படிக் கூட கேஸ் இருக்கா, என்ன?'

'இருக்கு. மிஸ்டர் பிரகாஷ். உங்களுக்குத் தெரியாது. ஆனா உங்க வீடுல இந்தக் கைதிகள் சத்தம் போட்றது கேட்டுத் தொந்தரவு ஏற்படறதுக்கு வருத்தப்படறேன். ஒரு சுவர் கட்டுவதற்கு அனுமதி கேட்டிருக்கேன். இன்னும் ரெண்டு மாசமானா அவ்வளவு சத்தம் கேட்காது. ஒண்ணு ரெண்டு பெரிய அலறல் கேட்கும். அது உங்களுக்குப் பழகி விடும். எனக்குப் பழகி விட்டாற்போல.'

நான் இன்ஸ்பெக்டரை முறைத்தேன். 'என்ன மாதிரி மூர்க்கன் இவன்?' எழுந்தேன்.

'மிஸ்டர் பிரகாஷ், போவதற்கு முன் இதைக் கேளுங்கள். நான் எல்லாக் கைதிகளையும் அடிப்பதில்லை. ஒரு சிலரைத்தான் அடிக்கிறேன். ஏன் அடிக்கிறேன் என்று சொல்கிறேன்... த்ரி எய்ட் ஸெவன் அந்த ரத்தினத்தைக் கொண்டு வா.'

பின் பக்கத் தாற்காலிகச் சிறையிலிருந்து கதவைத் திறந்து ஒரு முறைப்பான கறுப்பான ஆசாமியைக் கான்ஸ்டபிள் அழைத்து வந்தார். அவன் முகம் அடிபட்டு வீங்கி இருந்தது.

'மிஸ்டர் பிரகாஷ். இவனைத்தான் நேற்று ராத்திரி அடித்தேன். நன்றாகவே அடித்தேன்.'

'கேட்டது' என்றேன். அவன் அலறிய அலறல்கள் இன்னும் என் காதுகளில் ரீங்கரிக்கின்றன.

'என்ன செய்தான் சொல்லட்டுமா? பஸ் ஸ்டாண்டில் திருடினான், அவ்வளவுதான்? என்ன திருடினான்? ஒரு நகையை, அவ்வளவு தான். நகை எங்கே இருந்தது? ஒரு பெண்ணின் காதில், அவள் தோடு. எப்படித் திருடினான்? ஒரு கத்தியால் அவள் காதை அறுத்தான்!'

'ஐயோ அப்படியா?'

'திருடி ஓடிப் போய்த் தடுக்கி விழுந்து பிடிபட்டிருக்கிறான். மிஸ்டர் பிரகாஷ் அவனை ராத்திரி கொண்டு வந்தார்கள். அந்தப் பெண் காது பூரா ரத்தம். அவள் காது தனியாக நகையுடன் அப்படியே துண்டாக இருக்கிறது. பார்க்கிறீர்களா?'

சரக்கென்று மேஜை டிராயரைத் திறந்து எடுத்துக் காட்டினார். அப்படியே உப்பி வீங்கிப் போய் ஒரு கருநீல ரத்தக் குதறலின்

நடுவில் ஒரு மினுமினுப்பு. பார்க்கவே கண்ணராவியாய் இருந்தது.

'வேண்டாம், வேண்டாம்! உள்ளே வைத்து விடுங்கள்.'

'நிஜ வைரங்கூட இல்லை. அந்தத் தோடு! அதன் மொத்த மதிப்பு எட்டு ரூபாய்தான்! சொல்லுங்க. இந்தக் குத்தத்துக்கு நீதிபதி அளிக்கும் தண்டனை என்னவா இருக்கும்? சிறை. வேளா வேளைக்குச் சாப்பாடு! சோப்புக் கட்டி! இப்படி வசதி. போதுமா? அந்தப் பெண் கதறித் துடிச்சாளே? எவ்வளவு கஷ்டப் பட்டிருப்பாள்! எதுக்காக? பஸ்ஸுக்குக் காத்திருந்ததற்காகவா? இல்லை. எட்டு ரூபாய்க்குப் பளபளப்பான நகை போட்டுக் கொண்டிருந்தாளே, அதுக்காகவா? எதுக்காக அவளுக்கு அந்தத் தண்டனை? அவள் கூக் குரலை யார் கேட்பது? அவளுக்கு அத்தனை வேதனை கொடுத்த இவனுக்கு வலி என்றால் என்னன்னு தெரிய வேண்டாமா? எப்படி வலிக்கும்னு இவன் அனுபவிக்க வேண்டா? சொல்லுங்க! இவனை அடிச்சு நொறுக் காமல் விட்டுடறதா? சொல்லுங்க மிஸ்டர் பிரகாஷ்' என்றார் இன்ஸ்பெக்டர்.

பதில் தெரியவில்லை.

ஃபிலிம்மோத்ஸவ்

மந்திரி வந்திருக்க வேண்டும். எல்லோரும் தேர்தல் உற்சவத்தில் கவனமாக இருந்ததால் டில்லி அதிகாரி ஒருத்தர் மட்டுமே வந்திருந்தார். வெள்ளைக்கார டைரக்டர்கள் சிலர் வந்திருந்து எதற்கெடுத்தாலும் 'வெரி நைஸ்', 'வெரி நைஸ்' என்றார்கள்.

மற்றொரு 'கல்யாணராமனை'த் தேடி தமிழ் சினிமா டைரக்டர் கள், கதாசிரியர்கள், பத்திரிகையாளர்கள் என்று பல பேர் டேரா போட்டிருந்தார்கள். சகட்டு மேனிக்கு சினிமா பார்த்தார்கள். குடித்தார்கள். விலை போகாத ஹிந்தி நடிகர்கள், குறுந்தாடி வைத்த புதிய தலைமுறை டைரக்டர்கள், புதுக் கவிஞர்கள், அரசாங்க அதிகாரிகள், கதம்பமான கும்பல். சிகரெட் பிடிக்கும் பெண்கள், சத்ய ஜித்ரேயைத் தொடர அவர் பொலான்ஸ்கியைக் கட்டிக் கொண்டு போட்டோ எடுத்துக் கொண்டார்.

பட்டுப் புடவை அணிந்த ஒரு சுந்தரி குத்து விளக்கு ஏற்றினாள்.

எல்லோருக்கும் சினிமா எத்தகைய சாதனம், மனித சமுதாயத்தை எப்படி மாற்றக் கூடிய வல்லமை படைத்தது என்பது பற்றி இங்கிலீஷில் பேசினார்கள். 'சினிமாவும் சமூக மாறுதலும்' என்று புஸ்தகம் அச்சடித்து ஒல்லியான அதை இருபது ரூபாய்க்கு விற்றார்கள். உதட்டு நுனியில் ஆங்கிலம் பேசினார்கள். சினிமா விழா!

நம் கதை இவர்களைப் பற்றி அல்ல. ஒரு சாதாரண பங்களூர் குடிமகனைப் பற்றியது. பெயர் நாராயணன். தொழில் யஷ்வந்த்புரத்து பிஸ்கட் ஃபாக்டரியில் பாக்கிங் செக்ஷனில்

ஃபிலிம் விழாவுக்காக தேதி அறிவிக்கப்பட்ட அன்று அதிகாலை யில் சென்று வரிசையில் நின்று தலா 11 ரூபாய்க்கு ஏழு டிக்கட் அடங்கிய புத்தகம் ஒன்றை அடித்துப் பிடித்து வாங்கி வந்து விட்டான்.

கூட்டத்தைத் தடுக்க போலீஸ் மெலிதான லட்டியடித்ததில் முட்டியில் வலி. இருந்தாலும் முழுசாக வெளியே வந்து விட்டான். டிக்கட் கிட்டி விட்டது. ஏழு படத்தில் ஒரு படமாவது நன்றாக இருக்காதா?...

நாராயணனின் அகராதியில் இந்த 'நன்றாக' என்பதை விளக்க வேண்டும். நன்றாக என்றால் சென்சார் செய்யப்படாத... குறைந்த பட்சம் ஒரு கற்பழிப்புக் காட்சியாவது இருக்கக் கூடிய படம். நாராயணனின் குறிக்கோள் நவீன சினிமாவில் மைல் கல்களைத் தரிசித்து விட்டு விமரிசனம் செய்வதல்ல. அதற்கெல் லாம் பண்டிதர்கள் இருக்கிறார்கள். அவனைப் பொறுத்தவரை ஒரு பெண்ணாவது ஏதாவது ஒரு சமயம் உடையில்லாமல் ஓரிரண்டு ஃப்ரேமாவது வர வேண்டும். அப்போதுதான் கொடுத்த காசு ஜீரணம்.

நாராயணனின் ஆசைகள் நாஸுக்கானவை.

அவன் தின வாழ்க்கையும் மன வாழ்க்கையும் மிகவும் வேறு பட்டவை. தின வாழ்க்கையில் அவன் ஒரு பொறுப்புள்ள மகன். பொறுப்புள்ள அண்ணன். பக்தியுள்ள பிரஜை. பனஸ்வாடி ஆஞ்சநேயர், ராஜாஜி நகர் ராமன் எல்லாரையும் தினசரி அல்லது அடிக்கடிக தரிசிக்கின்றவன். எவ்வித ஆஸ்திக சங்கத்துக்கும் பணம் தருவான். எந்தக் கோயில் எந்த மூலைக் குங்குமமும் அவன் நெற்றியில் இடம் பெறும். நாராயணனுக்குத் திருமணம் ஆவதற்கு சமீபத்தில் சந்தர்ப்பம் இல்லை. ஐந்து தங்கைகள். அனைவரும் வளர்ந்து கல்யாணத்திற்கு காத்திருப்பவர்கள். ஒருத்திக்காவது ஆக வேண்டாமா? பெண்களைப் பற்றி இயற்கையாகவே நாராயணன் கூச்சப்படுவான். பஸ் நிலையத் திலோ ஃபாக்டரியிலோ அவர்களை நிமிர்ந்து பார்க்க மாட்டான். அவனைப் பலரும் புத்தன், ஞானி என்று அழைப்பார்கள்.

அவன் மன வாழ்க்கை வேறு தரத்தது. அதில் அபார அழகு கன்னியர்கள் உலவி அவனையே எப்போதும் விரும்பினர். இன்றைய தமிழ், இந்தி சினிமாவின் அத்தனை கதாநாயகியரும்

நாராயணனுடன் ஒரு தடவையாவது பக்கத்தில் அமர்ந்து தடவிக் கொடுத்திருக்கிறார்கள்.

எத்தனை அழகு என்று வியந்திருக்கிறார்கள்.

நாராயணனுக்கு கிருஷ்ணப்பா என்றொரு சிநேகிதன். அவன் அடிக்கடி நாராயணனிடம் கலர் கலராக சில போட்டோக்கள் காண்பிப்பான். ஐரோப்பா தேசத்து நங்கைகள் வெட்கத்தை அறைக்கு வெளியில் கழற்றி வைத்து விட்டு தத்தம் அந்தரங்கங் களைப் பற்றி சந்தேகத்துக்கு எவ்வித சந்தர்ப்பமும் தராமல் ‘இதோ பார். இதைப் பார்’ என்று நாராயணனைப் பார்த்துச் சிரிக்கும் படங்கள். படங்களைவிட அந்தப் புத்தகங்களில் வரும் விளம்பரங் கள், சாதனங்கள் நாராயணனை ரொம்ப வருத்தின. இதெல்லாம் நம் நாட்டில் கிடைத்தால் என்னவாம்! என் போன்ற தனியனுக்கு இந்தச் சாதனங்கள் சிறப்பானவை. பயமோ, கவலையோ இன்றி எவ்வளவு திருப்தியும் சந்துஷ்டியும் அளிக்கும்!

என்னதான் அழகாக அச்சிடப் பெற்றிருந்தாலும் சலனமற்ற இரு பரிமாணப் படங்களைவிட சினிமாச் சலனம் சிறந்ததல்லவா? நங்கைமார் நகர்வதைத் தரிசிக்கலாம். கேட்கலாம். கிருஷ்ணப்பா சொன்னான்: ‘அத்தனை சென்சார் செய்யாத படம் வாத்தியரே! நான் எதிர்த்தாப்பலே தியேட்டருக்கு வாங்கியிருக்கேன். தினம் தினம் படத்தை விட்டு வெளியே வந்ததும் எப்படி இருந்தது சொல்லு. நானும் சொல்கிறேன்.’

நாராயணன் பார்த்த முதல் படம் ரஷ்யப் படம். சைபீரியாவின் பனிப் படலத்தில் எவ்வளவு கஷ்டப்பட்டு அவர்கள் வேலை செய்து எண்ணெய் கண்டுபிடித்து... படம் பூரா ஆண்கள் - கிழவர்கள் - பாதிப் படத்துக்கு மேல் பனிப் படலம் வெளியே வந்தால் போதும் என்று இரண்டு மணி நேரத்தை இரண்டு யுகமாகக் கழித்து விட்டு வெளியே வந்தான். கிருஷ்ணப்பா எதிர்த் தியேட்டரில் பார்த்த ஃபிலிமோற்சவப் படத்தில் ஐந்து நிமிடம் விடாப்பிடியாக ஒரு கற்பழிப்பு காட்டப்பட்டதாம். கனடா தேசத்துப் படம். வர்ணித்தான். ‘பார்க்கிறவங்களுக்கே சுந்த் ஆயிடுச்சி வாத்தியாரே’ நாராயணன் இன்னும் ஒருநாள் இந்த தியேட்டரில் பார்ப்பது... அப்புறம் எதிர் தியேட்டரில் மாற்றிக் கொள்வது என்று தீர்மானித்தான்.

நாராயணன் பார்த்த இரண்டாவது படம் டிராகுலா பற்றியது. படம் முழுவதும் நீல நிறத்தில் இருந்தது.

நீள நகங்களை வைத்துக் கொண்டு ராத்திரி 12 மணிக்கு கல்லறை யிலிருந்து புறப்பட்ட டிராகுலா அந்த அழகான பெண்ணின் ரத்தத்தை உறிஞ்சுவதற்குக் கிளம்பிய போது நாராயணன் சிலிர்த்துக் கொண்டான். ஆகா! இதோ! ரத்தம் உறிஞ்சுவதற்கு முன்பு, இதோ ஒரு கற்பழிப்பு சிறந்த கற்பழிப்பு, அப்படியே அவள் கவுனைக் கீறிக் குதறிக் கிழித்து உள்ளுடைகளையும் உதறிப் போட்டு மெதுவாக அங்கம் அங்கமாக அந்த நகங்களால் வருடி அப்புறம்தான் கழுத்தில் இருந்து ரத்தம் எடுக்கப் போகிறது என்று எதிர்பார்த்து ஏறக்குறைய நாற்காலியில் சப்பணமிட்டு உட்கார்ந்து கொண்டான்.

அந்தப் பாழாய்ப் போன பெண் டிராகுலா அருகில் வந்ததும் தன் கழுத்தில் சங்கிலியில் தொங்கும் சிலுவையைக் காண்பித்து விட - வந்தவன் வந்த காரியத்தைப் பூர்த்திசெய்யாமல் ஏன் ஆரம்பிக்கக் கூட இல்லாமல் பயந்து ஓடிப் போய் விடுகிறான். சட்! என்ன கதை இது! நிச்சயம் இந்த தியேட்டரில் தேர்ந்தெடுக்கப்பட்டிருக்கும் சினிமாப் படங்கள் அத்தனையும் அடாஸ் என்று தீர்மானித்து வெளியே வர கிருஷ்ணப்பாவைச் சந்திக்க பயந்து வேகமாக பஸ் ஸ்டாண்டை நோக்கி ஓட, கிருஷ்ணப்பா பிடித்து விட்டான்.

'என்னாப் படம் வாத்தியாரே! டாப்பு! அப்பன் தன் பொண்ண காணாம்னுட்டு தேடிக்கிட்டு போறான். அவ, எங்க அகப்படறாத் தெரியுமா? செக்ஸ் படங்கள் எடுக்கறவங்ககிட்ட நடிச்சிக்கிட்டு இருக்கா! எல்லாத்தையும் காட்டிடறான்! கொட்டகையிலே சத்தமே இல்லை... பின் டிராப் சைலன்ஸ்.'

'கிருஷ்ணா! ருஸாளைக்கு டிக்கட் மாத்திக்கிடலாம். நீ என் தியேட்டர்லேயும் நான் உன் தியேட்டர்லேயும் பார்க்கிறேன்!'

'நாளைக்கு மட்டும் கேட்காதே வாத்தியாரே! நாளைக்கு என்ன படம் தெரியுமா? லவ் மெஷின்! பிரெஞ்சுப் படம்! நான் போயோகணும்!'

'பிளாக்கில கிடைக்குமா?'

'பாக்கறேன்! துட்டு ஜாஸ்தியாகும். ஏன் உன் படம் என்ன ஆச்சு?'

'சே! பேசாதே! மரம் செடி கொடியைக் காட்டியே எல்லா ரீலை யும் ஓட்டறான். நீ எப்படியாவது எனக்கு பிளாக்கில் ஒரு டிக்கட் வாங்கிடு! என்ன விலையா இருந்தாலும் பரவாயில்லை!'

85 ரூபாய்க்கு ஒரு டிக்கட் மிகுந்த சிரமத்துடன் கிடைத்ததாக வாங்கி வந்தான். கிருஷ்ணா, 'உன் டிக்கட்டைக் கொடு' என்றான்.

'இதை வித்துப் பாக்க முடியுமான்னு சோதிச்சுட்டு அப்புறம் வர்றேன். நீ தியேட்டர் போயிரு' என்றான்.

'படத்தின் பெயர் லவ் மெஷின், இல்லையாமே.'

'ஏதோ ஒரு மெஷின். கிராங்கிங் மெஷினோ என்னவோ! ஆனா படு ஹாட்! கியாரண்டி மால்.'

நாராயணன் பார்த்த அந்த மெஷின் படம் செக்கஸ்லோவேகியா படம். நிஜமாகவே ஒரு புராதன சினிமா. எந்திரத்தைப் பற்றியது. நடிகர்கள் 'கப்ராஸ் கப்ராஸ்' என்று வேற்று மொழியில் பேசிக் கொண்டிருக்க, படத்தின் அடியில் ஆங்கில எழுத்துக்கள் நடுங்கின. எஸ்.எஸ்.எல்.சி. வரை படித்திருந்த நாராயணனின் இங்கிலீஸ் அவ்வளவு வேகமாகப் படிக்க வரவில்லை.

இரண்டு வார்த்தை படிப்பதற்குள் படக் படக் என்று மாறியது. படத்தில் மிக அழகான இரண்டு பெண்கள் இருந்தார்கள். இரண்டு பேரும் ஏராளமாக கவுன் அணிந்து வந்தார்கள். கதா நாயகன் அண்ணனா? அப்பனா? காதலனா? என்று தீர்மானிக்க முடியவில்லை. கவுன் போட்டிருந்த பெண்கள் சாஸ்திரத்துக்குக் கூட அந்த கவுன்களைக் கழற்றவில்லை. இண்டர்வெல் வரை. ஒரு பட்டன்? ம்ஹூம்! படுக்கையில் அவர்கள் படுத்ததுமே காமிரா நகர்ந்து போய் தெரு, மண், மட்டை என் புறக் காட்சி களில் வியாபித்தது. ஒரே ஒரு இடத்தில் சினிமாவுக்குள் சினிமா வாக பாரிஸ் நகரத்தின் எஃபில்டவர்முன் ஒரு பெண் தன் பாவாடையைக் கழற்றுவதாக ஒரு காட்சி வந்தது. அதாவது வரப் பார்த்தது. அதற்குள் காமிரா அவசரமாக அந்தக் காட்சியைப் பார்த்துக் கொண்டிருந்தவனின் முக பாவங்களைக் காட்டத் தலைப்பட்டது. வெளியே வந்தான். கிருஷ்ணப்பா நின்று கொண்டிருந்தான்.

'என்ன? பார்த்தியா? படம் எப்படி?'

'நீ பாக்கலை?'

'நான் என் டிக்கட்டை விற்கலாம்னு போனேன்! யோசிச்சேன். இன்னிக்கு இங்கதான் பார்க்கலாமேன்னு உன் டிக்கட்ல உள்ளே நுழைஞ்சேன். கிடக்கட்டும் உன் படம் எப்படி?'

‘நாசமாய்ப் போச்சு. ஒரு எழவும் இல்லை. படம் முழுக்க குதிரை வண்டி கட்டிக்கிட்டு ஒரு ஆள் பயாஸ்கோப் வைச்சுக்கிட்டு ஊர் ஊராப் போறான்!’

நாராயணன் கிருஷ்ணப்பாவைச் சற்றுத் தயக்கத்துடன் கேட்டான்.

‘உன் படம் எப்படி?’

‘செமைப் படம் வாத்தியரே.’

நாராயணன் மவுனமனான்.

‘வேஸ்ட் ஆறதேன்னுதான் உட்கார்ந்தேன். படு கிளாஸ். ஒரு முத்தம் கொடுக்கிறான் பாரு. அப்படியே அவளைச் சாப்பிட றான். ஆரஞ்சுப் பழம் உரிக்கிற மாதிரி உடுப்புகளை ஒவ் வொண்ணா ஒவ்வொண்ணா உருவி...’

‘கிருஷ்ணா அப்புறம் பேசலாம். எனக்கு அர்ஜெண்டா வேலை இருக்குது! வர்றேன்’ என்று விரைந்தான் நாராயணன். அவனுக்கு அழுகை வந்தது. கிருஷ்ணப்பா போன்ற எப்போதும் அதிர்ஷ்டக் காரர்களிடம் ஆத்திரம் வந்தது. ‘நாளைக்கே எங்கே படம் பார்கிறே சொல்லு!...’ என்று தூரத்தில் கிருஷ்ணப்பா கேட்டான். நாராயணன் பதில் சொல்லாமல் நகர்ந்தான். ரப்பர் டயர் வைத்த வண்டியில் பெட்ரமாக்ஸ் அமைத்து எண்ணெய் கொதிக்க மிளகாய் பஜ்ஜி தத்தளிக்க பல பேர் தெருவில் சாப்பிட்டுக் கொண்டிருந்தார்கள். கண்ணாடிப் பெட்டிக்குள் பொம்மை நங்கைகளின் அத்தனை சேலைகளையும் உருவித் தீர்க்க வேண்டும் போல் ஆத்திரம் வந்தது. மெல்ல நடந்தான். இருட்டு. ரேடியோக் கடையைக் கடந்தான். ‘டாக் ஆஃப் தி டவுன்’ என்கிற ரெஸ்டாரண்ட் வாசலில் ஒரு கூர்க்கா நிற்க, ஒன்றிரண்டு பேர் அங்கே விளம்பரத்துக்காக வைத்திருந்த போட்டோக்களை வேடிக்கை பார்த்துக் கொண்டு இருந்தனர். இன்று இரண்டு காட்சிகள். லிஸ்லி, லவினா, மோனிக்கா, டிம்பிள்...நான்கு அபூர்வ பெண்களின் நடனங்கள்.

மேற்படி நங்கைகள் இடுப்பில் மார்பில் சில சென்டி மீட்டர்களை மறைத்துச் சிரித்துக் கொண்டிருந்தார்கள்.

அந்த வாசல் இருட்டாக இருந்தது. வெற்றிலை பாக்குப் போட்டு ‘பதக்’ என்று துப்பி விட்டு ஒருத்தன் உள்ளே செல்ல, கதவு திறக்கப்பட்ட போது பெரிசாக சங்கீதம் கேட்டு அடங்கியது.

உள்ளே செல்ல எத்தனை ரூபாய் ஆகும் என்று யாரைக் கேட்பது என்று தயங்கினான். அந்தக் கூர்க்காவைப் பார்த்த மாதிரி இருந்தது. வீட்டில் வந்து அம்மாவிடம் சொல்லி விடுவானோ? நடந்தான்.

சற்று தூரம் சென்றதும்தான் தன்னை ஒருவன் பின்தொடர்வதை உணர்ந்தான். முதலில் அவன் பேசுவது புரியவில்லை. பின்பு புரிந்தது. *'ஆந்திரா, டமில்நாடு, குஜராத், மலையாளி கேர்ள்ஸ் சார்! பக்கத்திலேதான் லாட்ஜ். நடந்தே போயிறலாம்!'*

நாராயணன் நின்று சுற்றுமுற்றும் பார்த்து எவ்வளவு என்றான்.

அவன் சொன்ன தொகை நாராயணனிடம் இருந்தது.

'பிராமின்ஸ் வேணும்னா பிராமின்ஸ், கிறிஸ்டியன்ஸ், முஸ்லிம்? வாங்க சார்!'

நாராயணன் யோசித்தான்.

'நிஜம் ஸார் நிஜம்; நிஜமான பெண்கள்!'

நாராயணன், 'வேண்டாம்ப்பா' என்று விருட்டென்று நடந்து சென்றான்.
